TRANZLATY

La Langue est pour tout le Monde

Ngôn ngữ dành cho tất cả mọi người

L'appel de la forêt

Tiếng gọi nơi hoang dã

Jack London

Français / Tiếng Việt

Copyright © 2025 Tranzlaty
All rights reserved
Published by Tranzlaty
ISBN: 978-1-80572-816-0
Original text by Jack London
The Call of the Wild
First published in 1903
www.tranzlaty.com

Dans le primitif
Vào thời nguyên thủy

Buck ne lisait pas les journaux/
Buck không đọc báo.
S'il avait lu les journaux, il aurait su que des problèmes se préparaient.
Nếu ông đọc báo thì ông sẽ biết rằng rắc rối sắp xảy ra.
Il y avait des problèmes non seulement pour lui-même, mais pour tous les chiens de la marée.
Không chỉ riêng anh ta mà tất cả những chú chó ở vùng nước triều đều gặp rắc rối.
Tout chien musclé et aux poils longs et chauds allait avoir des ennuis.
Bất kỳ chú chó nào có cơ bắp khỏe mạnh và lông dài, ấm áp đều có thể gặp rắc rối.
De Puget Bay à San Diego, aucun chien ne pouvait échapper à ce qui allait arriver.
Từ Vịnh Puget đến San Diego, không một chú chó nào có thể thoát khỏi những điều sắp xảy ra.
Des hommes, tâtonnant dans l'obscurité de l'Arctique, avaient trouvé un métal jaune.
Những người đàn ông mò mẫm trong bóng tối Bắc Cực đã tìm thấy một loại kim loại màu vàng.
Les compagnies de navigation et de transport étaient à la recherche de cette découverte.
Các công ty tàu thủy và vận tải đang theo đuổi khám phá này.
Des milliers d'hommes se précipitaient vers le Nord.
Hàng ngàn người đang đổ xô vào vùng đất phía Bắc.
Ces hommes voulaient des chiens, et les chiens qu'ils voulaient étaient des chiens lourds.
Những người đàn ông này muốn nuôi chó, và những con chó họ muốn đều là những con chó to lớn.
Chiens dotés de muscles puissants pour travailler.
Những chú chó có cơ bắp khỏe mạnh để làm việc nặng nhọc.
Chiens avec des manteaux de fourrure pour les protéger du gel.

Những chú chó có bộ lông dày để bảo vệ chúng khỏi sương giá.

Buck vivait dans une grande maison dans la vallée ensoleillée de Santa Clara.
Buck sống trong một ngôi nhà lớn ở Thung lũng Santa Clara đầy nắng.
La maison du juge Miller s'appelait ainsi.
Nơi được gọi là nhà của thẩm phán Miller.
Sa maison se trouvait en retrait de la route, à moitié cachée parmi les arbres.
Ngôi nhà của ông nằm tách biệt với đường cái, một nửa ẩn hiện giữa những hàng cây.
On pouvait apercevoir la large véranda qui courait autour de la maison.
Người ta có thể thoáng thấy hiên nhà rộng chạy quanh ngôi nhà.
On accédait à la maison par des allées gravillonnées.
Ngôi nhà được dẫn vào bằng lối đi rải sỏi.
Les sentiers serpentaient à travers de vastes pelouses.
Những con đường quanh co xuyên qua những bãi cỏ rộng lớn.
Au-dessus de nos têtes se trouvaient les branches entrelacées de grands peupliers.
Phía trên đầu là những cành cây dương cao đan xen vào nhau.
À l'arrière de la maison, les choses étaient encore plus spacieuses.
Phía sau nhà, mọi thứ thậm chí còn rộng rãi hơn.
Il y avait de grandes écuries, où une douzaine de palefreniers discutaient
Có những chuồng ngựa lớn, nơi có hàng chục người giữ ngựa đang trò chuyện
Il y avait des rangées de maisons de serviteurs recouvertes de vigne
Có những dãy nhà của người hầu phủ đầy dây leo
Et il y avait une gamme infinie et ordonnée de toilettes extérieures
Và có một dãy nhà vệ sinh ngoài trời vô tận và ngăn nắp

Longues tonnelles de vigne, pâturages verts, vergers et parcelles de baies.
Những giàn nho dài, đồng cỏ xanh, vườn cây ăn quả và những luống quả mọng.
Ensuite, il y avait l'usine de pompage du puits artésien.
Sau đó là nhà máy bơm nước cho giếng phun.
Et il y avait le grand réservoir en ciment rempli d'eau.
Và có một bể xi măng lớn chứa đầy nước.
C'est ici que les garçons du juge Miller ont fait leur plongeon matinal.
Tại đây, các chàng trai của thẩm phán Miller đã thực hiện cú nhảy buổi sáng.
Et ils se sont rafraîchis là-bas aussi dans l'après-midi chaud.
Và họ cũng cảm thấy mát mẻ hơn vào buổi chiều nóng nực.
Et sur ce grand domaine, Buck était celui qui régnait sur tout.
Và trên vùng đất rộng lớn này, Buck là người cai trị tất cả.
Buck est né sur cette terre et y a vécu toutes ses quatre années.
Buck sinh ra trên mảnh đất này và sống ở đây suốt bốn năm.
Il y avait bien d'autres chiens, mais ils n'avaient pas vraiment d'importance.
Thực ra còn có những con chó khác nữa, nhưng chúng không thực sự quan trọng.
D'autres chiens étaient attendus dans un endroit aussi vaste que celui-ci.
Người ta mong đợi những con chó khác sẽ có mặt ở một nơi rộng lớn như thế này.
Ces chiens allaient et venaient, ou vivaient à l'intérieur des chenils très fréquentés.
Những chú chó này đến rồi đi, hoặc sống bên trong những cũi chó đông đúc.
Certains chiens vivaient cachés dans la maison, comme Toots et Ysabel.
Một số con chó sống ẩn núp trong nhà, giống như Toots và Ysabel.
Toots était un carlin japonais, Ysabel un chien nu mexicain.

Toots là một chú chó pug Nhật Bản, Ysabel là một chú chó không lông của Mexico.

Ces étranges créatures sortaient rarement de la maison.
Những sinh vật kỳ lạ này hiếm khi bước ra khỏi nhà.

Ils n'ont pas touché le sol, ni respiré l'air libre à l'extérieur.
Chúng không chạm đất, cũng không hít thở không khí bên ngoài.

Il y avait aussi les fox-terriers, au moins une vingtaine.
Ngoài ra còn có loài chó sục cáo, ít nhất là hai mươi con.

Ces terriers aboyaient férocement sur Toots et Ysabel à l'intérieur.
Những con chó sục này sủa dữ dội vào Toots và Ysabel trong nhà.

Toots et Ysabel sont restés derrière les fenêtres, à l'abri du danger.
Toots và Ysabel ở sau cửa sổ, tránh xa nguy hiểm.

Ils étaient gardés par des domestiques munies de balais et de serpillères.
Họ được người hầu gái mang theo chổi và cây lau nhà bảo vệ.

Mais Buck n'était pas un chien de maison, et il n'était pas non plus un chien de chenil.
Nhưng Buck không phải là chó nhà, và cũng không phải là chó nhốt trong cũi.

L'ensemble de la propriété appartenait à Buck comme son royaume légitime.
Toàn bộ tài sản thuộc về Buck như lãnh thổ hợp pháp của anh.

Buck nageait dans le réservoir ou partait à la chasse avec les fils du juge.
Buck bơi trong bể hoặc đi săn với các con trai của Thẩm phán.

Il marchait avec Mollie et Alice tôt ou tard le soir.
Anh ấy đi bộ với Mollie và Alice vào lúc sáng sớm hoặc tối muộn.

Lors des nuits froides, il s'allongeait devant le feu de la bibliothèque avec le juge.
Vào những đêm lạnh giá, ông nằm trước lò sưởi thư viện cùng với Thẩm phán.

Buck a promené les petits-fils du juge sur son dos robuste.

Buck chở các cháu trai của thẩm phán trên tấm lưng khỏe mạnh của mình.

Il roula dans l'herbe avec les garçons, les surveillant de près.

Anh ta lăn trên bãi cỏ cùng bọn trẻ, canh chừng chúng cẩn thận.

Ils s'aventurèrent jusqu'à la fontaine et même au-delà des champs de baies.

Họ mạo hiểm đi đến đài phun nước và thậm chí đi qua những cánh đồng quả mọng.

Parmi les fox terriers, Buck marchait toujours avec une fierté royale.

Trong số những con chó sục cáo, Buck luôn bước đi với vẻ kiêu hãnh như vua chúa.

Il ignora Toots et Ysabel, les traitant comme s'ils étaient de l'air.

Anh ta phớt lờ Toots và Ysabel, coi họ như không khí.

Buck régnait sur toutes les créatures vivantes sur les terres du juge Miller.

Buck cai trị mọi sinh vật sống trên đất của Thẩm phán Miller.

Il régnait sur les animaux, les insectes, les oiseaux et même les humains.

Ông cai trị các loài động vật, côn trùng, chim chóc và thậm chí cả con người.

Le père de Buck, Elmo, était un énorme et fidèle Saint-Bernard.

Cha của Buck, Elmo, là một chú chó St. Bernard to lớn và trung thành.

Elmo n'a jamais quitté le juge et l'a servi fidèlement.

Elmo không bao giờ rời xa Thẩm phán và phục vụ ngài một cách trung thành.

Buck semblait prêt à suivre le noble exemple de son père.

Buck dường như đã sẵn sàng noi theo tấm gương cao quý của cha mình.

Buck n'était pas aussi gros, pesant cent quarante livres.

Buck không lớn lắm, chỉ nặng một trăm bốn mươi pound.

Sa mère, Shep, était un excellent chien de berger écossais.

Mẹ của chú, Shep, là một chú chó chăn cừu Scotland tuyệt vời.

Mais même avec ce poids, Buck marchait avec une présence royale.
Nhưng ngay cả với cân nặng đó, Buck vẫn bước đi với vẻ uy nghi.
Cela venait de la bonne nourriture et du respect qu'il recevait toujours.
Điều này xuất phát từ đồ ăn ngon và sự tôn trọng mà ông luôn nhận được.
Pendant quatre ans, Buck a vécu comme un noble gâté.
Trong bốn năm, Buck đã sống như một nhà quý tộc hư hỏng.
Il était fier de lui, et même légèrement égoïste.
Anh ấy tự hào về bản thân mình, thậm chí còn hơi tự phụ.
Ce genre de fierté était courant chez les seigneurs des régions reculées.
Lòng kiêu hãnh đó thường thấy ở những lãnh chúa vùng xa xôi.
Mais Buck s'est sauvé de devenir un chien de maison choyé.
Nhưng Buck đã tự cứu mình khỏi việc trở thành một chú chó được cưng chiều.
Il est resté mince et fort grâce à la chasse et à l'exercice.
Ông vẫn giữ được vóc dáng thon thả và khỏe mạnh nhờ đi săn và tập thể dục.
Il aimait profondément l'eau, comme les gens qui se baignent dans les lacs froids.
Ông rất yêu nước, giống như những người tắm ở hồ nước lạnh.
Cet amour pour l'eau a gardé Buck fort et en très bonne santé.
Tình yêu dành cho nước đã giúp Buck mạnh mẽ và khỏe mạnh.
C'était le chien que Buck était devenu à l'automne 1897.
Đây chính là chú chó Buck đã trở thành vào mùa thu năm 1897.
Lorsque la découverte du Klondike a attiré des hommes vers le Nord gelé.
Khi cuộc tấn công Klondike kéo con người tới miền Bắc băng giá.

Des gens du monde entier se sont précipités vers ce pays froid.
Mọi người từ khắp nơi trên thế giới đổ xô đến vùng đất lạnh giá này.
Buck, cependant, ne lisait pas les journaux et ne comprenait pas les nouvelles.
Tuy nhiên, Buck không đọc báo và cũng không hiểu tin tức.
Il ne savait pas que Manuel était un homme désagréable à fréquenter.
Anh ta không biết Manuel là người xấu.
Manuel, qui aidait au jardin, avait un problème grave.
Manuel, người giúp việc làm vườn, đã gặp phải một vấn đề nghiêm trọng.
Manuel était accro aux jeux de loterie chinois.
Manuel nghiện cờ bạc xổ số Trung Quốc.
Il croyait également fermement en un système fixe pour gagner.
Ông cũng tin tưởng mạnh mẽ vào một hệ thống cố định để giành chiến thắng.
Cette croyance rendait son échec certain et inévitable.
Niềm tin đó khiến cho sự thất bại của ông trở nên chắc chắn và không thể tránh khỏi.
Jouer un système exige de l'argent, ce qui manquait à Manuel.
Chơi theo hệ thống đòi hỏi phải có tiền, thứ mà Manuel không có.
Son salaire suffisait à peine à subvenir aux besoins de sa femme et de ses nombreux enfants.
Tiền lương của ông chỉ đủ nuôi vợ và nhiều con.
La nuit où Manuel a trahi Buck, les choses étaient normales.
Vào đêm Manuel phản bội Buck, mọi thứ vẫn bình thường.
Le juge était présent à une réunion de l'Association des producteurs de raisins secs.
Thẩm phán đã tham dự cuộc họp của Hiệp hội trồng nho khô.
Les fils du juge étaient alors occupés à former un club d'athlétisme.

Vào thời điểm đó, các con trai của thẩm phán đang bận rộn thành lập một câu lạc bộ thể thao.

Personne n'a vu Manuel et Buck sortir par le verger.

Không ai nhìn thấy Manuel và Buck rời đi qua vườn cây ăn quả.

Buck pensait que cette promenade n'était qu'une simple promenade nocturne.

Buck nghĩ rằng chuyến đi bộ này chỉ là một cuộc đi dạo ban đêm đơn giản.

Ils n'ont rencontré qu'un seul homme à la station du drapeau, à College Park.

Họ chỉ gặp một người đàn ông ở trạm dừng chân tại College Park.

Cet homme a parlé à Manuel et ils ont échangé de l'argent.

Người đàn ông đó nói chuyện với Manuel và họ trao đổi tiền.

« Emballez les marchandises avant de les livrer », a-t-il suggéré.

"Hãy gói hàng lại trước khi giao chúng", ông gợi ý.

La voix de l'homme était rauque et impatiente lorsqu'il parlait.

Giọng nói của người đàn ông khàn khàn và thiếu kiên nhẫn.

Manuel a soigneusement attaché une corde épaisse autour du cou de Buck.

Manuel cẩn thận buộc một sợi dây thừng dày quanh cổ Buck.

« Tournez la corde et vous l'étoufferez abondamment »

"Vặn dây thừng, và bạn sẽ làm anh ta nghẹt thở"

L'étranger émit un grognement, montrant qu'il comprenait bien.

Người lạ kia khẽ gầm gừ, tỏ ý rằng anh ta hiểu rõ.

Buck a accepté la corde avec calme et dignité tranquille ce jour-là.

Ngày hôm đó, Buck đã chấp nhận sợi dây thừng với thái độ bình tĩnh và nghiêm trang.

C'était un acte inhabituel, mais Buck faisait confiance aux hommes qu'il connaissait.

Đó là một hành động bất thường, nhưng Buck tin tưởng những người đàn ông mà anh quen biết.

Il croyait que leur sagesse allait bien au-delà de sa propre pensée.
Ông tin rằng trí tuệ của họ vượt xa suy nghĩ của ông.

Mais ensuite la corde fut remise entre les mains de l'étranger.
Nhưng sau đó sợi dây đã được trao vào tay người lạ.

Buck émit un grognement sourd qui avertissait avec une menace silencieuse.
Buck gầm gừ một tiếng nhỏ mang theo sự đe dọa thầm lặng.

Il était fier et autoritaire, et voulait montrer son mécontentement.
Ông ta kiêu hãnh và thích chỉ huy, và muốn thể hiện sự không hài lòng của mình.

Buck pensait que son avertissement serait compris comme un ordre.
Buck tin rằng lời cảnh báo của mình sẽ được hiểu như một mệnh lệnh.

À sa grande surprise, la corde se resserra rapidement autour de son cou épais.
Khiến anh ta kinh ngạc là sợi dây thừng siết chặt quanh cái cổ dày của anh ta.

Son air fut coupé et il commença à se battre dans une rage soudaine.
Không khí trong phòng bị ngắt quãng và anh ta bắt đầu chiến đấu trong cơn thịnh nộ đột ngột.

Il s'est jeté sur l'homme, qui a rapidement rencontré Buck en plein vol.
Anh ta lao vào người đàn ông đó, người nhanh chóng lao vào Buck giữa không trung.

L'homme attrapa Buck par la gorge et le fit habilement tourner dans les airs.
Người đàn ông túm lấy cổ họng Buck và khéo léo vặn anh ta trong không trung.

Buck a été violemment projeté au sol, atterrissant à plat sur le dos.
Buck bị ném mạnh xuống đất và ngã ngửa ra sau.

La corde l'étranglait alors cruellement tandis qu'il donnait des coups de pied sauvages.
Sợi dây thừng siết cổ anh ta một cách tàn nhẫn trong khi anh ta đá loạn xạ.

Sa langue tomba, sa poitrine se souleva, mais il ne reprit pas son souffle.
Lưỡi anh thè ra, ngực phập phồng nhưng không thở được.

Il n'avait jamais été traité avec une telle violence de sa vie.
Anh chưa bao giờ bị đối xử bạo lực như vậy trong đời.

Il n'avait jamais été rempli d'une fureur aussi profonde auparavant.
Anh cũng chưa bao giờ tràn ngập cơn thịnh nộ sâu sắc như vậy.

Mais le pouvoir de Buck s'est estompé et ses yeux sont devenus vitreux.
Nhưng sức mạnh của Buck đã suy yếu và mắt anh trở nên đờ đẫn.

Il s'est évanoui juste au moment où un train s'arrêtait à proximité.
Anh ấy ngất đi ngay khi một đoàn tàu dừng lại gần đó.

Les deux hommes le jetèrent alors rapidement dans le fourgon à bagages.
Sau đó, hai người đàn ông nhanh chóng ném anh ta vào toa hành lý.

La chose suivante que Buck ressentit fut une douleur dans sa langue enflée.
Điều tiếp theo Buck cảm thấy là cơn đau ở lưỡi sưng tấy.

Il se déplaçait dans un chariot tremblant, à peine conscient.
Ông ta đang di chuyển trên chiếc xe đẩy rung lắc, chỉ còn mơ hồ tỉnh táo.

Le cri aigu d'un sifflet de train indiqua à Buck où il se trouvait.
Tiếng còi tàu rít lên chói tai cho Buck biết vị trí của mình.

Il avait souvent roulé avec le juge et connaissait ce sentiment.
Ông đã nhiều lần cưỡi ngựa cùng Thẩm phán và hiểu được cảm giác đó.

C'était le choc unique de voyager à nouveau dans un fourgon à bagages.
Đó là cảm giác choáng ngợp đặc biệt khi lại được đi trên toa hành lý.

Buck ouvrit les yeux et son regard brûla de rage.
Buck mở mắt, ánh mắt bừng cháy vì giận dữ.

C'était la colère d'un roi fier déchu de son trône.
Đây là cơn thịnh nộ của một vị vua kiêu hãnh khi bị tước mất ngai vàng.

Un homme a tenté de l'attraper, mais Buck a frappé en premier.
Một người đàn ông tiến đến định tóm lấy anh ta, nhưng Buck lại là người ra tay trước.

Il enfonça ses dents dans la main de l'homme et la serra fermement.
Anh cắn chặt răng vào tay người đàn ông đó.

Il ne l'a pas lâché jusqu'à ce qu'il s'évanouisse une deuxième fois.
Anh ấy không buông tay cho đến khi ngất đi lần thứ hai.

« Ouais, il a des crises », murmura l'homme au bagagiste.
"Vâng, lên cơn rồi," người đàn ông lẩm bẩm với người khuân vác hành lý.

Le bagagiste avait entendu la lutte et s'était approché.
Người khuân vác hành lý đã nghe thấy tiếng vật lộn và đến gần.

« Je l'emmène à Frisco pour le patron », a expliqué l'homme.
"Tôi sẽ đưa anh ấy đến Frisco cho ông chủ," người đàn ông giải thích.

« Il y a un excellent vétérinaire qui dit pouvoir les guérir. »
"Có một bác sĩ thú y giỏi ở đó nói rằng ông ấy có thể chữa khỏi bệnh cho chúng."

Plus tard dans la soirée, l'homme a donné son propre récit complet.
Đêm hôm đó, người đàn ông đã kể lại toàn bộ sự việc.

Il parlait depuis un hangar derrière un saloon sur les quais.
Ông nói từ một nhà kho phía sau một quán rượu trên bến tàu.

« Tout ce qu'on m'a donné, c'était cinquante dollars », se plaignit-il au vendeur du saloon.

"Tôi chỉ được trả năm mươi đô la thôi," anh ta phàn nàn với người chủ quán rượu.

« Je ne le referais pas, même pour mille dollars en espèces. »

"Tôi sẽ không làm điều đó một lần nữa, ngay cả khi có được một ngàn đô la tiền mặt."

Sa main droite était étroitement enveloppée dans un tissu ensanglanté.

Bàn tay phải của anh ta được quấn chặt bằng một miếng vải đẫm máu.

Son pantalon était déchiré du genou au pied.

Ống quần của anh ta bị rách toạc từ đầu gối đến bàn chân.

« Combien a été payé l'autre idiot ? » demanda le vendeur du saloon.

"Người kia được trả bao nhiêu?" Người chủ quán rượu hỏi.

« Cent », répondit l'homme, « il n'accepterait pas un centime de moins. »

"Một trăm," người đàn ông đáp, "ông ấy sẽ không lấy ít hơn một xu."

« Cela fait cent cinquante », dit le vendeur du saloon.

"Tổng cộng là một trăm năm mươi", người bán hàng nói.

« Et il vaut tout ça, sinon je ne suis pas meilleur qu'un imbécile. »

"Và anh ấy xứng đáng với tất cả, nếu không thì tôi chẳng hơn gì một thằng ngốc."

L'homme ouvrit les emballages pour examiner sa main.

Người đàn ông mở lớp vải quấn để kiểm tra bàn tay của mình.

La main était gravement déchirée et couverte de sang séché.

Bàn tay bị rách rất nặng và dính đầy máu khô.

« Si je n'ai pas l' hydrophobie… » commença-t-il à dire.

"Nếu tôi không mắc chứng sợ nước…" anh bắt đầu nói.

« Ce sera parce que tu es né pour être pendu », dit-il en riant.

"Đó là vì anh sinh ra là để treo cổ mà", một tiếng cười vang lên.

« Viens m'aider avant de partir », lui a-t-on demandé.

"Hãy đến giúp tôi trước khi anh đi", anh ta được yêu cầu.

Buck était dans un état second à cause de la douleur dans sa langue et sa gorge.
Buck đang choáng váng vì cơn đau ở lưỡi và cổ họng.
Il était à moitié étranglé et pouvait à peine se tenir debout.
Anh ta bị siết cổ đến mức gần như không thể đứng thẳng được.
Pourtant, Buck essayait de faire face aux hommes qui l'avaient blessé ainsi.
Tuy nhiên, Buck vẫn cố gắng đối mặt với những kẻ đã làm anh tổn thương.
Mais ils le jetèrent à terre et l'étranglèrent une fois de plus.
Nhưng họ lại vật anh xuống và bóp cổ anh thêm lần nữa.
Ce n'est qu'à ce moment-là qu'ils ont pu scier son lourd collier de laiton.
Chỉ khi đó họ mới có thể cắt được chiếc vòng cổ bằng đồng nặng nề của anh ta.
Ils ont retiré la corde et l'ont poussé dans une caisse.
Họ tháo sợi dây thừng và nhét anh ta vào thùng.
La caisse était petite et avait la forme d'une cage en fer brut.
Chiếc thùng nhỏ và có hình dạng giống như một chiếc lồng sắt thô.
Buck resta allongé là toute la nuit, rempli de colère et d'orgueil blessé.
Buck nằm đó suốt đêm, tràn ngập cơn thịnh nộ và lòng tự trọng bị tổn thương.
Il ne pouvait pas commencer à comprendre ce qui lui arrivait.
Anh không thể hiểu nổi chuyện gì đang xảy ra với mình.
Pourquoi ces hommes étranges le gardaient-ils dans cette petite caisse ?
Tại sao những người đàn ông lạ mặt này lại nhốt anh ta trong cái thùng nhỏ này?
Que voulaient-ils de lui et pourquoi cette cruelle captivité ?
Họ muốn gì ở ông và tại sao lại bắt ông làm tù binh tàn ác như thế này?
Il ressentait une pression sombre, un sentiment de catastrophe qui se rapprochait.

Anh cảm thấy một áp lực đen tối; một cảm giác thảm họa đang đến gần.
C'était une peur vague, mais elle pesait lourdement sur son esprit.
Đó là một nỗi sợ mơ hồ, nhưng nó lại ảnh hưởng nặng nề đến tinh thần anh.
Il a sursauté à plusieurs reprises lorsque la porte du hangar a claqué.
Có nhiều lần anh ta giật mình khi cánh cửa nhà kho rung chuyển.
Il s'attendait à ce que le juge ou les garçons apparaissent et le sauvent.
Anh ta mong đợi Thẩm phán hoặc các chàng trai sẽ xuất hiện và giải cứu anh ta.
Mais à chaque fois, seul le gros visage du tenancier de bar apparaissait à l'intérieur.
Nhưng mỗi lần chỉ có khuôn mặt béo của người chủ quán rượu ló ra bên trong.
Le visage de l'homme était éclairé par la faible lueur d'une bougie de suif.
Khuôn mặt người đàn ông được chiếu sáng bởi ánh sáng mờ ảo của ngọn nến mỡ.
À chaque fois, l'aboiement joyeux de Buck se transformait en un grognement bas et colérique.
Mỗi lần như vậy, tiếng sủa vui mừng của Buck lại chuyển thành tiếng gầm gừ giận dữ.

Le tenancier du saloon l'a laissé seul pour la nuit dans la caisse
Người chủ quán rượu để anh ta một mình trong thùng qua đêm
Mais quand il se réveilla le matin, d'autres hommes arrivèrent.
Nhưng khi anh thức dậy vào buổi sáng, nhiều người đàn ông khác đang đến.
Quatre hommes sont venus et ont ramassé la caisse avec précaution, sans un mot.

Bốn người đàn ông đến và nhẹ nhàng nhấc chiếc thùng lên mà không nói một lời.

Buck comprit immédiatement dans quelle situation il se trouvait.

Buck ngay lập tức nhận ra tình huống mình đang gặp phải.

Ils étaient d'autres bourreaux qu'il devait combattre et craindre.

Họ là những kẻ hành hạ mà anh phải chiến đấu và sợ hãi.

Ces hommes avaient l'air méchants, en haillons et très mal soignés.

Những người đàn ông này trông rất độc ác, rách rưới và ăn mặc rất tệ.

Buck grogna et se jeta férocement sur eux à travers les barreaux.

Buck gầm gừ và lao vào họ một cách dữ dội qua song sắt.

Ils se sont contentés de rire et de le frapper avec de longs bâtons en bois.

Họ chỉ cười và đâm anh ta bằng những thanh gỗ dài.

Buck a mordu les bâtons, puis s'est rendu compte que c'était ce qu'ils aimaient.

Buck cắn vào những chiếc que, rồi nhận ra đó chính là thứ chúng thích.

Il s'allongea donc tranquillement, maussade et brûlant d'une rage silencieuse.

Vì vậy, anh ta nằm xuống một cách lặng lẽ, buồn bã và bùng cháy vì cơn thịnh nộ âm thầm.

Ils ont soulevé la caisse dans un chariot et sont partis avec lui.

Họ nhấc chiếc thùng lên xe ngựa và lái đi cùng anh ta.

La caisse, avec Buck enfermé à l'intérieur, changeait souvent de mains.

Chiếc thùng, nhốt Buck bên trong, thường xuyên đổi chủ.

Les employés du bureau express ont pris les choses en main et l'ont traité brièvement.

Nhân viên văn phòng nhanh chóng tiếp quản và xử lý anh ta trong thời gian ngắn.

Puis un autre chariot transporta Buck à travers la ville bruyante.
Sau đó, một chiếc xe ngựa khác chở Buck băng qua thị trấn ồn ào.

Un camion l'a emmené avec des cartons et des colis sur un ferry.
Một chiếc xe tải chở anh ta cùng các hộp và bưu kiện lên phà.

Après la traversée, le camion l'a déchargé dans un dépôt ferroviaire.
Sau khi vượt qua, chiếc xe tải đã thả anh ta xuống tại một nhà ga xe lửa.

Finalement, Buck fut placé dans une voiture express en attente.
Cuối cùng, Buck được đưa vào bên trong một toa tàu tốc hành đang chờ sẵn.

Pendant deux jours et deux nuits, les trains ont emporté la voiture express.
Trong hai ngày hai đêm, tàu hỏa đã kéo toa tàu tốc hành đi.

Buck n'a ni mangé ni bu pendant tout le douloureux voyage.
Buck không ăn cũng không uống trong suốt chuyến đi đau đớn.

Lorsque les messagers express ont essayé de l'approcher, il a grogné.
Khi những người đưa tin nhanh cố gắng tiếp cận anh ta, anh ta gầm gừ.

Ils ont réagi en se moquant de lui et en le taquinant cruellement.
Họ đáp lại bằng cách chế nhạo và trêu chọc anh một cách tàn nhẫn.

Buck se jeta sur les barreaux, écumant et tremblant
Buck lao vào song sắt, sùi bọt mép và run rẩy

ils ont ri bruyamment et l'ont raillé comme des brutes de cour d'école.
Họ cười lớn và chế giễu anh như những kẻ bắt nạt ở trường.

Ils aboyaient comme de faux chiens et battaient des bras.
Chúng sủa như chó giả và vỗ tay.

Ils ont même chanté comme des coqs juste pour le contrarier davantage.
Họ thậm chí còn gáy như gà trống chỉ để làm anh ta tức giận hơn.

C'était un comportement stupide, et Buck savait que c'était ridicule.
Đó là hành vi ngu ngốc, và Buck biết điều đó thật nực cười.

Mais cela n'a fait qu'approfondir son sentiment d'indignation et de honte.
Nhưng điều đó chỉ làm sâu sắc thêm cảm giác phẫn nộ và xấu hổ của anh.

Il n'a pas été trop dérangé par la faim pendant le voyage.
Trong suốt chuyến đi, anh ấy không hề bị đói.

Mais la soif provoquait une douleur aiguë et une souffrance insupportable.
Nhưng cơn khát mang lại nỗi đau nhói và sự đau khổ không thể chịu đựng được.

Sa gorge sèche et enflammée et sa langue brûlaient de chaleur.
Cổ họng khô rát, sưng tấy và lưỡi nóng rát.

Cette douleur alimentait la fièvre qui montait dans son corps fier.
Nỗi đau này làm tăng thêm cơn sốt đang dâng cao trong cơ thể kiêu hãnh của anh.

Buck était reconnaissant pour une seule chose au cours de ce procès.
Buck chỉ biết ơn một điều duy nhất trong suốt phiên tòa này.

La corde avait été retirée de son cou épais.
Sợi dây thừng đã được tháo ra khỏi chiếc cổ dày của hắn.

La corde avait donné à ces hommes un avantage injuste et cruel.
Sợi dây thừng đã mang lại cho những người đàn ông đó một lợi thế không công bằng và tàn nhẫn.

Maintenant, la corde avait disparu et Buck jura qu'elle ne reviendrait jamais.
Bây giờ sợi dây đã biến mất, và Buck thề rằng nó sẽ không bao giờ trở lại.

Il a décidé qu'aucune corde ne passerait plus jamais autour de son cou.
Anh quyết tâm sẽ không để sợi dây thừng nào quấn quanh cổ mình nữa.
Pendant deux longs jours et deux longues nuits, il souffrit sans nourriture.
Trong suốt hai ngày hai đêm dài, ông đã phải chịu đựng sự đau khổ vì không có thức ăn.
Et pendant ces heures, il a développé une énorme rage en lui.
Và trong những giờ phút đó, anh đã vô cùng tức giận.
Ses yeux sont devenus injectés de sang et sauvages à cause d'une colère constante.
Đôi mắt anh ta đỏ ngầu và hoang dại vì tức giận liên tục.
Il n'était plus Buck, mais un démon aux mâchoires claquantes.
Anh ta không còn là Buck nữa mà là một con quỷ với hàm răng sắc nhọn.
Même le juge n'aurait pas reconnu cette créature folle.
Ngay cả Thẩm phán cũng không biết đến sinh vật điên rồ này.
Les messagers express ont soupiré de soulagement lorsqu'ils ont atteint Seattle
Những người đưa tin nhanh thở phào nhẹ nhõm khi họ đến Seattle
Quatre hommes ont soulevé la caisse et l'ont amenée dans une cour arrière.
Bốn người đàn ông nhấc chiếc thùng lên và mang ra sân sau.
La cour était petite, entourée de murs hauts et solides.
Sân nhỏ, được bao quanh bởi những bức tường cao và kiên cố.
Un grand homme sortit, vêtu d'un pull rouge affaissé.
Một người đàn ông to lớn bước ra với chiếc áo len đỏ rộng thùng thình.
Il a signé le carnet de livraison d'une écriture épaisse et audacieuse.
Anh ta ký vào sổ giao hàng bằng nét chữ dày và đậm.
Buck sentit immédiatement que cet homme était son prochain bourreau.

Buck ngay lập tức cảm thấy người đàn ông này chính là kẻ sẽ hành hạ mình tiếp theo.

Il se jeta violemment sur les barreaux, les yeux rouges de fureur.

Anh ta lao mạnh về phía song sắt, đôi mắt đỏ ngầu vì giận dữ.

L'homme sourit simplement sombrement et alla chercher une hachette.

Người đàn ông chỉ cười buồn rồi đi lấy rìu.

Il portait également une massue dans sa main droite épaisse et forte.

Ông ta cũng cầm một cây gậy bằng bàn tay phải to và khỏe của mình.

« Tu vas le sortir maintenant ? » demanda le chauffeur, inquiet.

"Anh định đưa anh ấy ra ngoài ngay bây giờ à?" Người lái xe hỏi với vẻ lo lắng.

« Bien sûr », dit l'homme en enfonçant la hachette dans la caisse comme levier.

"Được thôi," người đàn ông nói, nhét chiếc rìu vào thùng làm đòn bẩy.

Les quatre hommes se dispersèrent instantanément et sautèrent sur le mur de la cour.

Bốn người đàn ông lập tức tản ra và nhảy lên tường sân.

Depuis leurs endroits sûrs, ils attendaient d'assister au spectacle.

Từ nơi an toàn phía trên, họ chờ đợi để xem cảnh tượng này.

Buck se jeta sur le bois éclaté, le mordant et le secouant violemment.

Buck lao vào khúc gỗ vỡ vụn, cắn và run rẩy dữ dội.

Chaque fois que la hachette touchait la cage, Buck était là pour l'attaquer.

Mỗi lần rìu đập vào lồng, Buck lại ở đó để tấn công nó.

Il grogna et claqua des dents avec une rage folle, impatient d'être libéré.

Anh ta gầm gừ và quát tháo một cách giận dữ, mong muốn được giải thoát.

L'homme dehors était calme et stable, concentré sur sa tâche.

Người đàn ông bên ngoài vẫn bình tĩnh và vững vàng, tập trung vào nhiệm vụ của mình.

« Bon, alors, espèce de diable aux yeux rouges », dit-il lorsque le trou fut grand.

"Được rồi, đồ quỷ mắt đỏ," anh ta nói khi cái lỗ đã lớn.

Il laissa tomber la hachette et prit le gourdin dans sa main droite.

Anh ta thả chiếc rìu xuống và cầm cây gậy bằng tay phải.

Buck ressemblait vraiment à un diable ; les yeux injectés de sang et flamboyants.

Buck thực sự trông giống như một con quỷ; đôi mắt đỏ ngầu và rực lửa.

Son pelage se hérissait, de la mousse s'échappait de sa bouche, ses yeux brillaient.

Bộ lông của nó dựng đứng, bọt sủi lên ở miệng, mắt sáng lên.

Il rassembla ses muscles et se jeta directement sur le pull rouge.

Anh ta gồng cơ và lao thẳng tới chiếc áo len đỏ.

Cent quarante livres de fureur s'abattèrent sur l'homme calme.

Một trăm bốn mươi pound giận dữ bay về phía người đàn ông điềm tĩnh.

Juste avant que ses mâchoires ne se referment, un coup terrible le frappa.

Ngay trước khi hàm răng của anh ta khép chặt lại, một đòn khủng khiếp đã giáng xuống anh ta.

Ses dents claquèrent l'une contre l'autre, rien d'autre que l'air

Răng của anh ta đập vào nhau chỉ vì không khí

une secousse de douleur résonna dans son corps

một cơn đau nhói lan tỏa khắp cơ thể anh

Il a fait un saut périlleux en plein vol et s'est écrasé sur le dos et sur le côté.

Anh ta lộn nhào giữa không trung rồi ngã ngửa và ngã nghiêng.

Il n'avait jamais ressenti auparavant le coup d'un gourdin et ne pouvait pas le saisir.

Trước đây anh chưa bao giờ cảm nhận được cú đánh của một cây gậy và cũng không thể nắm bắt được nó.

Avec un grognement strident, mi-aboiement, mi-cri, il bondit à nouveau.

Với tiếng gầm gừ, nửa là sủa, nửa là la hét, nó lại nhảy lên.

Un autre coup brutal le frappa et le projeta au sol.

Một cú đánh tàn bạo khác đánh trúng anh ta và hất anh ta ngã xuống đất.

Cette fois, Buck comprit : c'était la lourde massue de l'homme.

Lần này Buck đã hiểu - đó là cây dùi cui nặng nề của người đàn ông đó.

Mais la rage l'aveuglait, et il n'avait aucune idée de retraite.

Nhưng cơn thịnh nộ đã làm anh ta mù quáng, và anh ta không hề nghĩ đến việc rút lui.

Douze fois il s'est lancé et douze fois il est tombé.

Mười hai lần anh ấy lao mình xuống và mười hai lần anh ấy ngã.

Le gourdin en bois le frappait à chaque fois avec une force impitoyable et écrasante.

Mỗi lần như vậy, cây gậy gỗ lại đập anh ta một cách tàn nhẫn và mạnh mẽ.

Après un coup violent, il se releva en titubant, étourdi et lent.

Sau một cú đánh dữ dội, anh ta loạng choạng đứng dậy, choáng váng và chậm chạp.

Du sang coulait de sa bouche, de son nez et même de ses oreilles.

Máu chảy ra từ miệng, mũi và thậm chí cả tai của anh ta.

Son pelage autrefois magnifique était maculé de mousse sanglante.

Bộ lông vốn đẹp đẽ của nó giờ đây lấm lem bọt máu.

Alors l'homme s'est avancé et a donné un coup violent au nez.

Sau đó, người đàn ông bước tới và đấm một cú rất mạnh vào mũi.

L'agonie était plus vive que tout ce que Buck avait jamais ressenti.
Nỗi đau đớn này còn dữ dội hơn bất cứ điều gì Buck từng cảm thấy.

Avec un rugissement plus bête que chien, il bondit à nouveau pour attaquer.
Với tiếng gầm giống tiếng dã thú hơn tiếng chó, nó lại lao tới tấn công.

Mais l'homme attrapa sa mâchoire inférieure et la tourna vers l'arrière.
Nhưng người đàn ông đó nắm lấy hàm dưới của anh ta và vặn nó về phía sau.

Buck fit un saut périlleux et s'écrasa à nouveau violemment.
Buck lộn nhào và lại ngã mạnh xuống đất.

Une dernière fois, Buck se précipita sur lui, maintenant à peine capable de se tenir debout.
Lần cuối cùng, Buck lao vào anh, lúc này gần như không thể đứng vững được nữa.

L'homme a frappé avec un timing expert, délivrant le coup final.
Người đàn ông này ra đòn với thời điểm chuẩn xác và tung ra đòn kết liễu.

Buck s'est effondré, inconscient et immobile.
Buck ngã gục xuống, bất tỉnh và không cử động.

« Il n'est pas mauvais pour dresser les chiens, c'est ce que je dis », a crié un homme.
"Anh ta không phải là người chậm chạp trong việc huấn luyện chó, đó là những gì tôi muốn nói", một người đàn ông hét lên.

« Druther peut briser la volonté d'un chien n'importe quel jour de la semaine. »
"Druther có thể bẻ gãy ý chí của một con chó săn bất kỳ ngày nào trong tuần."

« Et deux fois un dimanche ! » a ajouté le chauffeur.
"Và hai lần vào Chủ Nhật!" người lái xe nói thêm.

Il monta dans le chariot et fit claquer les rênes pour partir.
Anh ta trèo lên xe ngựa và giật dây cương để rời đi.

Buck a lentement repris le contrôle de sa conscience

Buck từ từ lấy lại được sự kiểm soát của ý thức

mais son corps était encore trop faible et brisé pour bouger.

nhưng cơ thể anh vẫn còn quá yếu và không thể di chuyển.

Il resta allongé là où il était tombé, regardant l'homme au pull rouge.

Anh nằm tại nơi mình đã ngã, nhìn người đàn ông mặc áo len đỏ.

« Il répond au nom de Buck », dit l'homme en lisant à haute voix.

"Anh ta mang tên Buck," người đàn ông đọc to và nói.

Il a cité la note envoyée avec la caisse de Buck et les détails.

Ông trích dẫn từ tờ ghi chú gửi kèm với thùng hàng của Buck và các thông tin chi tiết.

« Eh bien, Buck, mon garçon », continua l'homme d'un ton amical,

"Được rồi, Buck, con trai của ta," người đàn ông tiếp tục với giọng điệu thân thiện,

« Nous avons eu notre petite dispute, et maintenant c'est fini entre nous. »

"Chúng ta đã có cuộc chiến nhỏ rồi, và bây giờ mọi chuyện đã kết thúc giữa chúng ta."

« Tu as appris à connaître ta place, et j'ai appris à connaître la mienne », a-t-il ajouté.

"Anh đã biết vị trí của mình, và tôi cũng đã biết vị trí của tôi", ông nói thêm.

« Sois sage, tout ira bien et la vie sera agréable. »

"Hãy tốt, mọi việc sẽ ổn và cuộc sống sẽ dễ chịu."

« Mais sois méchant, et je te botterai les fesses, compris ? »

"Nhưng mà nếu mày hư, tao sẽ đánh cho mày tơi tả, hiểu chưa?"

Tandis qu'il parlait, il tendit la main et tapota la tête douloureuse de Buck.

Vừa nói, anh vừa đưa tay xoa đầu đau nhức của Buck.

Les cheveux de Buck se dressèrent au contact de l'homme, mais il ne résista pas.

Tóc Buck dựng đứng khi người đàn ông chạm vào, nhưng anh không kháng cự.

L'homme lui apporta de l'eau, que Buck but à grandes gorgées.
Người đàn ông mang nước đến cho Buck và Buck uống một hơi thật sâu.

Puis vint la viande crue, que Buck dévora morceau par morceau.
Sau đó đến lượt thịt sống, Buck đã ăn ngấu nghiến từng miếng một.

Il savait qu'il était battu, mais il savait aussi qu'il n'était pas brisé.
Anh biết mình đã bị đánh bại, nhưng anh cũng biết mình chưa bị tan vỡ.

Il n'avait aucune chance contre un homme armé d'une matraque.
Anh ta không có cơ hội chống lại một người đàn ông cầm dùi cui.

Il avait appris la vérité et il n'a jamais oublié cette leçon.
Ông đã học được sự thật và không bao giờ quên bài học đó.

Cette arme était le début de la loi dans le nouveau monde de Buck.
Vũ khí đó chính là sự khởi đầu của luật pháp trong thế giới mới của Buck.

C'était le début d'un ordre dur et primitif qu'il ne pouvait nier.
Đó là sự khởi đầu của một trật tự nguyên thủy, khắc nghiệt mà ông không thể phủ nhận.

Il accepta la vérité ; ses instincts sauvages étaient désormais éveillés.
Anh chấp nhận sự thật; bản năng hoang dã của anh giờ đã thức tỉnh.

Le monde était devenu plus dur, mais Buck l'a affronté avec courage.
Thế giới ngày càng khắc nghiệt hơn, nhưng Buck vẫn dũng cảm đối mặt với nó.

Il a affronté la vie avec une prudence, une ruse et une force tranquille nouvelles.

Ông đón nhận cuộc sống bằng sự thận trọng, khôn ngoan và sức mạnh thầm lặng mới.

D'autres chiens sont arrivés, attachés dans des cordes ou des caisses comme Buck l'avait été.

Thêm nhiều con chó khác cũng bị trói bằng dây thừng hoặc bị nhốt trong thùng giống như Buck.

Certains chiens sont venus calmement, d'autres ont fait rage et se sont battus comme des bêtes sauvages.

Một số con chó đến một cách bình tĩnh, những con khác thì nổi giận và chiến đấu như thú dữ.

Ils furent tous soumis au règne de l'homme au pull rouge.

Tất cả bọn họ đều nằm dưới sự cai trị của người đàn ông mặc áo len đỏ.

À chaque fois, Buck regardait et voyait la même leçon se dérouler.

Mỗi lần, Buck đều theo dõi và chứng kiến cùng một bài học diễn ra.

L'homme avec la massue était la loi, un maître à obéir.

Người đàn ông cầm dùi cui chính là luật pháp; một người chủ mà mọi người phải tuân theo.

Il n'avait pas besoin d'être aimé, mais il fallait qu'on lui obéisse.

Ông không cần được yêu mến, nhưng ông phải được tuân theo.

Buck ne s'est jamais montré flatteur ni n'a remué la queue comme le faisaient les chiens plus faibles.

Buck không bao giờ nịnh hót hay vẫy đuôi như những con chó yếu hơn.

Il a vu des chiens qui avaient été battus et qui continuaient à lécher la main de l'homme.

Ông nhìn thấy những con chó bị đánh đập nhưng vẫn liếm tay người đàn ông.

Il a vu un chien qui refusait d'obéir ou de se soumettre du tout.

Ông nhìn thấy một con chó không chịu vâng lời hay phục tùng chút nào.

Ce chien s'est battu jusqu'à ce qu'il soit tué dans la bataille pour le contrôle.
Con chó đó đã chiến đấu cho đến khi bị giết trong trận chiến giành quyền kiểm soát.
Des étrangers venaient parfois voir l'homme au pull rouge.
Đôi khi có người lạ đến xem người đàn ông mặc áo len đỏ.
Ils parlaient sur un ton étrange, suppliant, marchandant et riant.
Họ nói chuyện bằng giọng lạ, van xin, mặc cả và cười đùa.
Lors de l'échange d'argent, ils partaient avec un ou plusieurs chiens.
Khi trao đổi tiền, họ rời đi cùng một hoặc nhiều con chó.
Buck se demandait où étaient passés ces chiens, car aucun n'était jamais revenu.
Buck tự hỏi những con chó này đã đi đâu, vì không có con nào quay trở lại.
la peur de l'inconnu envahissait Buck chaque fois qu'un homme étrange venait
nỗi sợ hãi về điều chưa biết tràn ngập Buck mỗi khi một người đàn ông lạ đến
il était content à chaque fois qu'un autre chien était pris, plutôt que lui-même.
anh ấy vui mừng mỗi lần có một con chó khác được bắt đi, thay vì chính mình.
Mais finalement, le tour de Buck arriva avec l'arrivée d'un homme étrange.
Nhưng cuối cùng, đến lượt Buck khi một người đàn ông lạ mặt xuất hiện.
Il était petit, nerveux, parlait un anglais approximatif et jurait.
Ông ta nhỏ con, gầy gò, nói tiếng Anh không chuẩn và hay chửi thề.
« Sacré-Dam ! » hurla-t-il en posant les yeux sur le corps de Buck.
"Sacredam!" anh ta hét lên khi nhìn thấy khung xương của Buck.

« C'est un sacré chien tyrannique ! Hein ? Combien ? » demanda-t-il à voix haute.

"Đó là một con chó bắt nạt chết tiệt! Hả? Bao nhiêu vậy?" anh ta hỏi lớn.

« Trois cents, et c'est un cadeau à ce prix-là. »

"Ba trăm, và anh ấy là một món quà với mức giá đó,"

« Puisque c'est de l'argent du gouvernement, tu ne devrais pas te plaindre, Perrault. »

"Vì đó là tiền của chính phủ, anh không nên phàn nàn, Perrault."

Perrault sourit à l'idée de l'accord qu'il venait de conclure avec cet homme.

Perrault cười toe toét trước thỏa thuận mà anh vừa thực hiện với người đàn ông đó.

Le prix des chiens a grimpé en flèche en raison de la demande soudaine.

Giá chó tăng vọt do nhu cầu tăng đột ngột.

Trois cents dollars, ce n'était pas injuste pour une si belle bête.

Ba trăm đô la không phải là số tiền quá đắt đối với một con vật tuyệt vời như vậy.

Le gouvernement canadien ne perdrait rien dans cet accord

Chính phủ Canada sẽ không mất gì trong thỏa thuận này

Leurs dépêches officielles ne seraient pas non plus retardées en transit.

Và các công văn chính thức của họ cũng không bị chậm trễ trong quá trình vận chuyển.

Perrault connaissait bien les chiens et pouvait voir que Buck était quelque chose de rare.

Perrault hiểu rõ về loài chó và có thể thấy Buck là một giống chó hiếm có.

« Un sur dix dix mille », pensa-t-il en étudiant la silhouette de Buck.

"Một trong mười vạn," anh nghĩ khi quan sát vóc dáng của Buck.

Buck a vu l'argent changer de mains, mais n'a montré aucune surprise.

Buck nhìn thấy tiền được trao tay nhưng không tỏ ra ngạc nhiên.

Bientôt, lui et Curly, un gentil Terre-Neuve, furent emmenés.

Chẳng bao lâu sau, anh ta và Xoăn, một chú chó Newfoundland hiền lành, đã bị dẫn đi.

Ils suivirent le petit homme depuis la cour du pull rouge.

Họ đi theo người đàn ông nhỏ bé từ sân nhà chiếc áo len đỏ.

Ce fut la dernière fois que Buck vit l'homme avec la massue en bois.

Đó là lần cuối cùng Buck nhìn thấy người đàn ông cầm dùi cui gỗ.

Depuis le pont du Narval, il regardait Seattle disparaître au loin.

Từ boong tàu Narwhal, ông nhìn thành phố Seattle mờ dần ở phía xa.

C'était aussi la dernière fois qu'il voyait le chaud Southland.

Đó cũng là lần cuối cùng ông nhìn thấy miền Nam ấm áp.

Perrault les emmena sous le pont et les laissa à François.

Perrault đưa họ xuống boong tàu và để lại cho François.

François était un géant au visage noir, aux mains rugueuses et calleuses.

François là một gã khổng lồ có khuôn mặt đen và đôi bàn tay thô ráp, chai sạn.

Il était brun et basané; un métis franco-canadien.

Anh ta có làn da ngăm đen; mang trong mình dòng máu lai Pháp-Canada.

Pour Buck, ces hommes étaient d'un genre qu'il n'avait jamais vu auparavant.

Với Buck, những người đàn ông này là loại người mà anh chưa từng gặp trước đây.

Il allait connaître beaucoup d'autres hommes de ce genre dans les jours qui suivirent.

Trong những ngày tiếp theo, ông sẽ gặp nhiều người như vậy.

Il ne s'est pas attaché à eux, mais il a appris à les respecter.

Ông không thích họ nhưng lại tỏ ra tôn trọng họ.

Ils étaient justes et sages, et ne se laissaient pas facilement tromper par un chien.
Họ công bằng và khôn ngoan, không dễ bị lừa bởi bất kỳ con chó nào.

Ils jugeaient les chiens avec calme et ne les punissaient que lorsqu'ils le méritaient.
Họ bình tĩnh phán đoán những chú chó và chỉ trừng phạt khi chúng đáng bị trừng phạt.

Sur le pont inférieur du Narwhal, Buck et Curly ont rencontré deux chiens.
Ở tầng dưới của Narwhal, Buck và Xoăn gặp hai chú chó.

L'un d'eux était un grand chien blanc venu du lointain et glacial Spitzberg.
Một con là một con chó trắng lớn đến từ vùng Spitzbergen băng giá xa xôi.

Il avait autrefois navigué avec un baleinier et rejoint un groupe d'enquête.
Ông đã từng đi thuyền cùng một tàu săn cá voi và tham gia một nhóm khảo sát.

Il était amical d'une manière sournoise, sournoise et rusée.
Ông ta thân thiện theo một cách ranh mãnh, lén lút và gian xảo.

Lors de leur premier repas, il a volé un morceau de viande dans la poêle de Buck.
Trong bữa ăn đầu tiên, anh ta đã lấy trộm một miếng thịt từ chảo của Buck.

Buck sauta pour le punir, mais le fouet de François frappa en premier.
Buck nhảy tới định trừng phạt anh ta, nhưng roi của François đã đánh trước.

Le voleur blanc hurla et Buck récupéra l'os volé.
Tên trộm da trắng hét lên và Buck đòi lại khúc xương đã đánh cắp.

Cette équité impressionna Buck, et François gagna son respect.
Sự công bằng đó đã gây ấn tượng với Buck và François đã giành được sự tôn trọng của anh.

L'autre chien ne lui a pas adressé de salut et n'en a pas voulu en retour.
Con chó kia không chào hỏi và cũng không muốn chào lại.
Il ne volait pas de nourriture et ne reniflait pas les nouveaux arrivants avec intérêt.
Cậu bé không ăn trộm thức ăn, cũng không thích thú ngửi những con vật mới đến.
Ce chien était sinistre et calme, sombre et lent.
Con chó này có vẻ mặt nghiêm nghị và im lặng, u ám và di chuyển chậm chạp.
Il a averti Curly de rester à l'écart en la regardant simplement.
Anh ta cảnh báo Xoăn tránh xa bằng cách trừng mắt nhìn cô.
Son message était clair : laissez-moi tranquille ou il y aura des problèmes.
Thông điệp của anh ấy rất rõ ràng: hãy để tôi yên nếu không sẽ xảy ra rắc rối.
Il s'appelait Dave et il remarquait à peine son environnement.
Anh ấy tên là Dave và anh ấy hầu như không để ý đến xung quanh.
Il dormait souvent, mangeait tranquillement et bâillait de temps en temps.
Ông ngủ thường xuyên, ăn một cách lặng lẽ và thỉnh thoảng ngáp.

Le navire ronronnait constamment avec le battement de l'hélice en dessous.
Con tàu liên tục kêu ầm ầm với tiếng chân vịt đập mạnh bên dưới.
Les jours passèrent sans grand changement, mais le temps devint plus froid.
Nhiều ngày trôi qua mà không có nhiều thay đổi, nhưng thời tiết ngày càng lạnh hơn.
Buck pouvait le sentir dans ses os et remarqua que les autres le faisaient aussi.

Buck có thể cảm nhận điều đó trong xương tủy mình, và nhận thấy những người khác cũng vậy.

Puis un matin, l'hélice s'est arrêtée et tout est redevenu calme.

Rồi một buổi sáng, cánh quạt dừng lại và mọi thứ trở nên tĩnh lặng.

Une énergie parcourut le vaisseau ; quelque chose avait changé.

Một luồng năng lượng tràn ngập khắp con tàu; có điều gì đó đã thay đổi.

François est descendu, les a attachés en laisse et les a remontés.

François đi xuống, móc dây xích cho chúng và dắt chúng lên.

Buck sortit et trouva le sol doux, blanc et froid.

Buck bước ra ngoài và thấy mặt đất mềm, trắng và lạnh.

Il sursauta en arrière, alarmé, et renifla, totalement confus.

Anh ta giật mình lùi lại và khịt mũi vì hoàn toàn bối rối.

Une étrange substance blanche tombait du ciel gris.

Những vật thể màu trắng lạ rơi xuống từ bầu trời xám xịt.

Il se secoua, mais les flocons blancs continuaient à atterrir sur lui.

Anh ta lắc mình nhưng những bông tuyết trắng vẫn tiếp tục rơi xuống người anh.

Il renifla soigneusement la substance blanche et lécha quelques morceaux glacés.

Anh ta hít cẩn thận thứ chất lỏng màu trắng đó và liếm một vài viên đá.

La poudre brûla comme du feu, puis disparut de sa langue.

Bột cháy như lửa rồi biến mất ngay trên lưỡi anh ta.

Buck essaya à nouveau, intrigué par l'étrange froideur qui disparaissait.

Buck thử lại lần nữa, cảm thấy bối rối vì sự lạnh lẽo đột nhiên biến mất.

Les hommes autour de lui rirent et Buck se sentit gêné.

Những người đàn ông xung quanh anh cười, và Buck cảm thấy xấu hổ.

Il ne savait pas pourquoi, mais il avait honte de sa réaction.

Anh không biết tại sao nhưng anh cảm thấy xấu hổ vì phản ứng của mình.
C'était sa première expérience avec la neige, et cela le dérouta.
Đây là lần đầu tiên cậu bé tiếp xúc với tuyết và nó khiến cậu bé bối rối.

La loi du club et des crocs
Luật Côn và Nanh

Le premier jour de Buck sur la plage de Dyea ressemblait à un terrible cauchemar.
Ngày đầu tiên của Buck trên bãi biển Dyea giống như một cơn ác mộng kinh hoàng.
Chaque heure apportait de nouveaux chocs et des changements inattendus pour Buck.
Mỗi giờ lại mang đến cho Buck những cú sốc mới và những thay đổi bất ngờ.
Il avait été arraché à la civilisation et jeté dans un chaos sauvage.
Anh ta đã bị kéo khỏi nền văn minh và bị ném vào cảnh hỗn loạn tột độ.
Ce n'était pas une vie ensoleillée et paresseuse, faite d'ennui et de repos.
Đây không phải là cuộc sống vui vẻ, lười biếng với sự buồn chán và nghỉ ngơi.
Il n'y avait pas de paix, pas de repos, et pas un instant sans danger.
Không có sự bình yên, không có sự nghỉ ngơi, và không có khoảnh khắc nào không có nguy hiểm.
La confusion régnait sur tout et le danger était toujours proche.
Sự hỗn loạn bao trùm mọi thứ và nguy hiểm luôn rình rập.
Buck devait rester vigilant car ces hommes et ces chiens étaient différents.
Buck phải luôn cảnh giác vì những người đàn ông và những con chó này rất khác nhau.
Ils n'étaient pas originaires des villes ; ils étaient sauvages et sans pitié.
Họ không phải là người thị trấn; họ hoang dã và không có lòng thương xót.
Ces hommes et ces chiens ne connaissaient que la loi du gourdin et des crocs.

Những người đàn ông và chó này chỉ biết luật của dùi cui và nanh vuốt.

Buck n'avait jamais vu de chiens se battre comme ces huskies sauvages.

Buck chưa bao giờ thấy những con chó chiến đấu như những con chó husky hung dữ này.

Sa première expérience lui a appris une leçon qu'il n'oublierait jamais.

Trải nghiệm đầu tiên đã dạy cho anh một bài học mà anh sẽ không bao giờ quên.

Il a eu de la chance que ce ne soit pas lui, sinon il serait mort aussi.

May mắn thay đó không phải là anh, nếu không anh cũng sẽ chết.

Curly était celui qui souffrait tandis que Buck regardait et apprenait.

Xoăn là người phải chịu đau khổ trong khi Buck chỉ quan sát và học hỏi.

Ils avaient installé leur campement près d'un magasin construit en rondins.

Họ đã dựng trại gần một cửa hàng được dựng từ những khúc gỗ.

Curly a essayé d'être amical avec un grand husky ressemblant à un loup.

Xoăn cố gắng tỏ ra thân thiện với một chú chó husky to lớn trông giống sói.

Le husky était plus petit que Curly, mais avait l'air sauvage et méchant.

Con chó husky này nhỏ hơn Xoăn nhưng trông có vẻ hoang dã và hung dữ.

Sans prévenir, il a sauté et lui a ouvert le visage.

Không báo trước, anh ta nhảy tới và chém vào mặt cô.

Ses dents lui coupèrent l'œil jusqu'à sa mâchoire en un seul mouvement.

Răng của hắn cắt từ mắt xuống hàm cô chỉ bằng một động tác.

C'est ainsi que les loups se battaient : ils frappaient vite et sautaient loin.

Đây là cách loài sói chiến đấu - đánh nhanh và nhảy ra xa.
Mais il y avait plus à apprendre que de cette seule attaque.
Nhưng vẫn còn nhiều điều đáng học hơn từ cuộc tấn công đó.
Des dizaines de huskies se sont précipités et ont formé un cercle silencieux.
Hàng chục chú chó husky lao vào và tạo thành một vòng tròn im lặng.
Ils regardaient attentivement et se léchaient les lèvres avec faim.
Họ quan sát kỹ lưỡng và liếm môi vì đói.
Buck ne comprenait pas leur silence ni leurs regards avides.
Buck không hiểu được sự im lặng hay ánh mắt háo hức của họ.
Curly s'est précipité pour attaquer le husky une deuxième fois.
Xoăn lao tới tấn công con husky lần thứ hai.
Il a utilisé sa poitrine pour la renverser avec un mouvement puissant.
Anh ta dùng ngực đẩy cô ngã xuống bằng một động tác mạnh mẽ.
Elle est tombée sur le côté et n'a pas pu se relever.
Cô ấy ngã nghiêng và không thể đứng dậy được.
C'est ce que les autres attendaient depuis le début.
Đó chính là điều mà những người khác đã chờ đợi bấy lâu nay.
Les huskies ont sauté sur elle, hurlant et grognant avec frénésie.
Lũ chó Husky nhảy lên người cô, sủa inh ỏi và gầm gừ một cách điên cuồng.
Elle a crié alors qu'ils l'enterraient sous un tas de chiens.
Cô ấy hét lên khi họ chôn cô ấy dưới một đống chó.
L'attaque fut si rapide que Buck resta figé sur place sous le choc.
Cuộc tấn công diễn ra quá nhanh khiến Buck bị sốc và đứng im tại chỗ.
Il vit Spitz tirer la langue d'une manière qui ressemblait à un rire.

Anh ta thấy Spitz thè lưỡi ra trông giống như đang cười.
François a attrapé une hache et a couru droit vers le groupe de chiens.
François cầm lấy một chiếc rìu và chạy thẳng vào đàn chó.
Trois autres hommes ont utilisé des gourdins pour aider à repousser les huskies.
Ba người đàn ông khác dùng dùi cui để giúp đuổi những chú chó husky đi.
En seulement deux minutes, le combat était terminé et les chiens avaient disparu.
Chỉ trong vòng hai phút, cuộc chiến đã kết thúc và những con chó đã biến mất.
Curly gisait morte dans la neige rouge et piétinée, son corps déchiré.
Xoăn nằm chết trên đống tuyết đỏ bị giẫm đạp, cơ thể bị xé nát.
Un homme à la peau sombre se tenait au-dessus d'elle, maudissant la scène brutale.
Một người đàn ông da ngăm đen đứng bên cạnh cô, nguyền rủa cảnh tượng tàn khốc này.
Le souvenir est resté avec Buck et a hanté ses rêves la nuit.
Ký ức đó vẫn ám ảnh Buck và ám ảnh giấc mơ của cậu vào ban đêm.
C'était comme ça ici : pas d'équité, pas de seconde chance.
Ở đây chính là như vậy; không có sự công bằng, không có cơ hội thứ hai.
Une fois qu'un chien tombait, les autres le tuaient sans pitié.
Một khi một con chó ngã xuống, những con khác sẽ giết không thương tiếc.
Buck décida alors qu'il ne se permettrait jamais de tomber.
Buck lúc đó quyết định rằng anh sẽ không bao giờ cho phép mình ngã nữa.
Spitz tira à nouveau la langue et rit du sang.
Spitz lại thè lưỡi ra và cười nhạo máu.
À partir de ce moment-là, Buck détesta Spitz de tout son cœur.
Từ khoảnh khắc đó trở đi, Buck căm ghét Spitz hết mực.

Avant que Buck ne puisse se remettre de la mort de Curly, quelque chose de nouveau s'est produit.
Trước khi Buck kịp hồi phục sau cái chết của Xoăn, một điều mới đã xảy ra.
François s'est approché et a attaché quelque chose autour du corps de Buck.
François tiến lại gần và buộc thứ gì đó quanh người Buck.
C'était un harnais comme ceux utilisés sur les chevaux du ranch.
Đó là một loại dây cương giống như loại dùng cho ngựa ở trang trại.
Comme Buck avait vu les chevaux travailler, il devait maintenant travailler aussi.
Giống như Buck đã từng thấy ngựa làm việc, giờ đây nó cũng phải làm việc.
Il a dû tirer François sur un traîneau dans la forêt voisine.
Anh ta phải kéo François trên xe trượt tuyết vào khu rừng gần đó.
Il a ensuite dû ramener une lourde charge de bois de chauffage.
Sau đó, anh ta phải kéo về một đống củi nặng.
Buck était fier, donc cela lui faisait mal d'être traité comme un animal de travail.
Buck rất kiêu hãnh nên cảm thấy tổn thương khi bị đối xử như một con vật làm việc.
Mais il était sage et n'a pas essayé de lutter contre la nouvelle situation.
Nhưng ông rất khôn ngoan và không cố gắng chống lại tình hình mới.
Il a accepté sa nouvelle vie et a donné le meilleur de lui-même dans chaque tâche.
Ông chấp nhận cuộc sống mới và cố gắng hết sức trong mọi nhiệm vụ.
Tout ce qui concernait ce travail lui était étrange et inconnu.
Mọi thứ trong công việc đều lạ lẫm và xa lạ với anh.
François était strict et exigeait l'obéissance sans délai.

François rất nghiêm khắc và yêu cầu phải tuân thủ ngay lập tức.

Son fouet garantissait que chaque ordre soit exécuté immédiatement.

Chiếc roi của ông đảm bảo rằng mọi mệnh lệnh đều được tuân theo cùng một lúc.

Dave était le conducteur du traîneau, le chien le plus proche du traîneau derrière Buck.

Dave là người lái xe, là chú chó ở gần xe trượt tuyết nhất, phía sau Buck.

Dave mordait Buck sur les pattes arrière s'il faisait une erreur.

Dave sẽ cắn vào chân sau của Buck nếu nó phạm lỗi.

Spitz était le chien de tête, compétent et expérimenté dans ce rôle.

Spitz là chú chó dẫn đầu, có kỹ năng và kinh nghiệm trong vai trò này.

Spitz ne pouvait pas atteindre Buck facilement, mais il le corrigea quand même.

Spitz không thể dễ dàng tiếp cận Buck, nhưng vẫn chỉnh đốn anh ta.

Il grognait durement ou tirait le traîneau d'une manière qui enseignait à Buck.

Anh ta gầm gừ dữ dội hoặc kéo xe trượt tuyết theo cách mà Buck học được.

Grâce à cette formation, Buck a appris plus vite que ce qu'ils avaient imaginé.

Nhờ sự đào tạo này, Buck đã học nhanh hơn bất kỳ ai mong đợi.

Il a travaillé dur et a appris de François et des autres chiens.

Anh ấy đã làm việc chăm chỉ và học hỏi từ cả François và những chú chó khác.

À leur retour, Buck connaissait déjà les commandes clés.

Khi họ quay lại, Buck đã biết các lệnh chính.

Il a appris à s'arrêter au son « ho » de François.

Anh ấy học cách dừng lại khi nghe thấy tiếng "ho" của François.

Il a appris quand il a dû tirer le traîneau et courir.
Anh ấy đã học được cách khi nào thì phải kéo xe trượt tuyết và khi nào thì chạy.
Il a appris à tourner largement dans les virages du sentier sans difficulté.
Anh ấy đã học được cách rẽ rộng ở những khúc cua trên đường mòn mà không gặp khó khăn gì.
Il a également appris à éviter Dave lorsque le traîneau descendait rapidement.
Cậu cũng học cách tránh Dave khi xe trượt tuyết lao xuống dốc nhanh.
« Ce sont de très bons chiens », dit fièrement François à Perrault.
"Chúng là những chú chó rất giỏi," François tự hào nói với Perrault.
« Ce Buck tire comme un dingue, je lui apprends vite fait. »
"Con Buck đó kéo ghê quá—tôi dạy nó nhanh lắm."

Plus tard dans la journée, Perrault est revenu avec deux autres chiens husky.
Cùng ngày hôm đó, Perrault quay lại với hai chú chó husky nữa.
Ils s'appelaient Billee et Joe, et ils étaient frères.
Tên họ là Billee và Joe, và họ là anh em.
Ils venaient de la même mère, mais ne se ressemblaient pas du tout.
Chúng cùng một mẹ nhưng lại không giống nhau chút nào.
Billee était de nature douce et très amicale avec tout le monde.
Billee có tính tình ngọt ngào và thân thiện với mọi người.
Joe était tout le contraire : calme, en colère et toujours en train de grogner.
Joe thì ngược lại—im lặng, tức giận và luôn gầm gừ.
Buck les a accueillis de manière amicale et s'est montré calme avec eux deux.
Buck chào đón họ một cách thân thiện và tỏ ra bình tĩnh với cả hai.

Dave ne leur prêta aucune attention et resta silencieux comme d'habitude.
Dave không để ý đến họ và vẫn im lặng như thường lệ.
Spitz a attaqué d'abord Billee, puis Joe, pour montrer sa domination.
Spitz tấn công đầu tiên vào Billee, sau đó là Joe để chứng tỏ sự thống trị của mình.
Billee remua la queue et essaya d'être amical avec Spitz.
Billee vẫy đuôi và cố gắng tỏ ra thân thiện với Spitz.
Lorsque cela n'a pas fonctionné, il a essayé de s'enfuir à la place.
Khi cách đó không hiệu quả, anh ta lại cố gắng bỏ chạy.
Il a pleuré tristement lorsque Spitz l'a mordu fort sur le côté.
Anh ấy khóc một cách buồn bã khi Spitz cắn anh ấy một cú mạnh vào hông.
Mais Joe était très différent et refusait d'être intimidé.
Nhưng Joe thì rất khác biệt và không chịu bị bắt nạt.
Chaque fois que Spitz s'approchait, Joe se retournait pour lui faire face rapidement.
Mỗi lần Spitz đến gần, Joe lại nhanh chóng quay người lại để đối mặt với anh ta.
Sa fourrure se hérissa, ses lèvres se retroussèrent et ses dents claquèrent sauvagement.
Lông của nó dựng đứng, môi cong lên và răng cắn lập cập dữ dội.
Les yeux de Joe brillaient de peur et de rage, défiant Spitz de frapper.
Đôi mắt của Joe sáng lên vì sợ hãi và giận dữ, thách thức Spitz ra tay.
Spitz abandonna le combat et se détourna, humilié et en colère.
Spitz bỏ cuộc chiến và quay đi, cảm thấy nhục nhã và tức giận.
Il a déversé sa frustration sur le pauvre Billee et l'a chassé.
Anh ta trút cơn tức giận của mình lên Billee tội nghiệp và đuổi anh ta đi.
Ce soir-là, Perrault ajouta un chien de plus à l'équipe.
Tối hôm đó, Perrault đã đưa thêm một chú chó nữa vào đội.

Ce chien était vieux, maigre et couvert de cicatrices de guerre.
Con chó này già, gầy và đầy vết sẹo do chiến đấu.
L'un de ses yeux manquait, mais l'autre brillait de puissance.
Một bên mắt của anh ta bị mất, nhưng bên mắt còn lại thì sáng ngời đầy sức mạnh.
Le nom du nouveau chien était Solleks, ce qui signifiait « celui qui est en colère ».
Tên của chú chó mới là Solleks, có nghĩa là Kẻ tức giận.
Comme Dave, Solleks ne demandait rien aux autres et ne donnait rien en retour.
Giống như Dave, Solleks không yêu cầu bất cứ điều gì từ người khác và cũng không đáp lại bất cứ điều gì.
Lorsque Solleks entra lentement dans le camp, même Spitz resta à l'écart.
Khi Solleks từ từ bước vào trại, ngay cả Spitz cũng tránh xa.
Il avait une étrange habitude que Buck a eu la malchance de découvrir.
Anh ta có một thói quen kỳ lạ mà Buck không may phát hiện ra.
Solleks détestait qu'on l'approche du côté où il était aveugle.
Solleks ghét bị tiếp cận ở phía mà anh không nhìn thấy.
Buck ne le savait pas et a fait cette erreur par accident.
Buck không biết điều này và đã vô tình mắc phải lỗi đó.
Solleks se retourna et frappa l'épaule de Buck profondément et rapidement.
Solleks quay lại và chém một nhát sâu và nhanh vào vai Buck.
À partir de ce moment, Buck ne s'est plus jamais approché du côté aveugle de Solleks.
Từ khoảnh khắc đó trở đi, Buck không bao giờ đến gần điểm mù của Solleks nữa.
Ils n'ont plus jamais eu de problèmes pendant le reste de leur temps ensemble.
Họ không bao giờ gặp rắc rối nữa trong suốt thời gian còn lại bên nhau.

Solleks voulait seulement être laissé seul, comme le calme Dave.
Solleks chỉ muốn được ở một mình, giống như Dave trầm tính vậy.

Mais Buck apprendra plus tard qu'ils avaient chacun un autre objectif secret.
Nhưng sau đó Buck biết rằng mỗi người đều có một mục tiêu bí mật khác.

Cette nuit-là, Buck a dû faire face à un nouveau défi troublant : comment dormir.
Đêm đó Buck phải đối mặt với một thử thách mới và khó khăn — làm sao để ngủ.

La tente brillait chaleureusement à la lumière des bougies dans le champ enneigé.
Căn lều ấm áp nhờ ánh nến giữa cánh đồng tuyết.

Buck entra, pensant qu'il pourrait se reposer là comme avant.
Buck bước vào trong, nghĩ rằng mình có thể nghỉ ngơi ở đó như trước.

Mais Perrault et François lui criaient dessus et lui jetaient des casseroles.
Nhưng Perrault và François đã hét vào mặt anh ta và ném chảo.

Choqué et confus, Buck s'est enfui dans le froid glacial.
Quá sốc và bối rối, Buck chạy ra ngoài trời lạnh cóng.

Un vent glacial piquait son épaule blessée et lui gelait les pattes.
Một cơn gió buốt nhói vào vai bị thương và làm tê cóng bàn chân của anh.

Il s'est allongé dans la neige et a essayé de dormir à la belle étoile.
Anh nằm xuống tuyết và cố gắng ngủ ngoài trời.

Mais le froid l'obligea bientôt à se relever, tremblant terriblement.
Nhưng cái lạnh nhanh chóng buộc anh phải đứng dậy, run rẩy dữ dội.

Il erra dans le camp, essayant de trouver un endroit plus chaud.
Anh ta lang thang khắp trại, cố gắng tìm một nơi ấm áp hơn.
Mais chaque coin était aussi froid que le précédent.
Nhưng mọi góc đều lạnh lẽo như trước.
Parfois, des chiens sauvages sautaient sur lui dans l'obscurité.
Thỉnh thoảng, những con chó dữ từ trong bóng tối nhảy xổ vào anh.
Buck hérissa sa fourrure, montra ses dents et grogna en signe d'avertissement.
Buck dựng lông, nhe răng và gầm gừ cảnh cáo.
Il apprenait vite et les autres chiens reculaient rapidement.
Chú chó này học rất nhanh, còn những chú chó khác thì nhanh chóng lùi lại.
Il n'avait toujours pas d'endroit où dormir et ne savait pas quoi faire.
Tuy nhiên, anh vẫn không có nơi nào để ngủ và không biết phải làm gì.
Finalement, une pensée lui vint : aller voir ses coéquipiers.
Cuối cùng, một ý nghĩ lóe lên trong đầu anh - kiểm tra đồng đội của mình.
Il est retourné dans leur région et a été surpris de les trouver partis.
Anh ta quay lại khu vực của họ và ngạc nhiên khi thấy họ đã biến mất.
Il chercha à nouveau dans le camp, mais ne parvint toujours pas à les trouver.
Anh lại tìm kiếm khắp trại nhưng vẫn không tìm thấy họ.
Il savait qu'ils ne pouvaient pas être dans la tente, sinon il le serait aussi.
Anh biết họ không thể vào trong lều, nếu không anh cũng sẽ vào.
Alors, où étaient passés tous les chiens dans ce camp gelé ?
Vậy thì tất cả những chú chó đã đi đâu trong trại đông lạnh này?

Buck, froid et misérable, tournait lentement autour de la tente.
Buck, lạnh cóng và đau khổ, từ từ đi vòng quanh lều.
Soudain, ses pattes avant s'enfoncèrent dans la neige molle et le surprit.
Đột nhiên, chân trước của nó lún vào lớp tuyết mềm khiến nó giật mình.
Quelque chose se tortilla sous ses pieds et il sursauta en arrière, effrayé.
Có thứ gì đó ngọ nguậy dưới chân anh, và anh sợ hãi nhảy lùi lại.
Il grogna et grogna, ne sachant pas ce qui se cachait sous la neige.
Anh ta gầm gừ và gầm gừ, không biết có gì bên dưới lớp tuyết.
Puis il entendit un petit aboiement amical qui apaisa sa peur.
Sau đó, anh nghe thấy tiếng sủa nhỏ thân thiện làm dịu đi nỗi sợ hãi của anh.
Il renifla l'air et s'approcha pour voir ce qui était caché.
Anh ta hít không khí và tiến lại gần hơn để xem thứ gì đang ẩn giấu.
Sous la neige, recroquevillée en boule chaude, se trouvait la petite Billee.
Dưới tuyết, cuộn tròn như một quả bóng ấm áp, là Billee bé nhỏ.
Billee remua la queue et lécha le visage de Buck pour le saluer.
Billee vẫy đuôi và liếm mặt Buck để chào đón nó.
Buck a vu comment Billee avait fabriqué un endroit pour dormir dans la neige.
Buck nhìn thấy Billee đã tạo ra một nơi ngủ trong tuyết.
Il avait creusé et utilisé sa propre chaleur pour rester au chaud.
Anh ta đã đào sâu xuống và dùng nhiệt của mình để giữ ấm.
Buck avait appris une autre leçon : c'est ainsi que les chiens dormaient.

Buck đã học được một bài học khác - đây chính là cách loài chó ngủ.

Il a choisi un endroit et a commencé à creuser son propre trou dans la neige.
Anh ta chọn một chỗ và bắt đầu đào một cái hố cho mình trong tuyết.

Au début, il bougeait trop et gaspillait de l'énergie.
Lúc đầu, anh ấy di chuyển quá nhiều và lãng phí năng lượng.

Mais bientôt son corps réchauffa l'espace et il se sentit en sécurité.
Nhưng cơ thể anh nhanh chóng làm ấm không gian đó và anh cảm thấy an toàn.

Il se recroquevilla étroitement et, peu de temps après, il s'endormit profondément.
Anh cuộn mình thật chặt, và chẳng mấy chốc đã chìm vào giấc ngủ.

La journée avait été longue et dure, et Buck était épuisé.
Một ngày dài và vất vả, và Buck đã kiệt sức.

Il dormait profondément et confortablement, même si ses rêves étaient fous.
Anh ngủ rất sâu và thoải mái, mặc dù giấc mơ của anh rất hoang dã.

Il grognait et aboyait dans son sommeil, se tordant pendant qu'il rêvait.
Anh ta gầm gừ và sủa trong lúc ngủ, vặn vẹo như đang mơ.

Buck ne s'est réveillé que lorsque le camp était déjà en train de prendre vie.
Buck không thức dậy cho đến khi trại đã bắt đầu hoạt động.

Au début, il ne savait pas où il était ni ce qui s'était passé.
Lúc đầu, anh không biết mình đang ở đâu và chuyện gì đã xảy ra.

La neige était tombée pendant la nuit et avait complètement enseveli son corps.
Tuyết rơi suốt đêm và chôn vùi hoàn toàn cơ thể anh.

La neige se pressait autour de lui, serrée de tous côtés.
Tuyết dày đặc xung quanh anh, chặt chẽ ở mọi phía.

Soudain, une vague de peur traversa tout le corps de Buck.
Đột nhiên một làn sóng sợ hãi chạy khắp cơ thể Buck.
C'était la peur d'être piégé, une peur venue d'instincts profonds.
Đó là nỗi sợ bị mắc kẹt, nỗi sợ xuất phát từ bản năng sâu xa.
Bien qu'il n'ait jamais vu de piège, la peur vivait en lui.
Mặc dù chưa từng nhìn thấy bẫy nhưng nỗi sợ hãi vẫn hiện hữu bên trong anh.
C'était un chien apprivoisé, mais maintenant ses vieux instincts sauvages se réveillaient.
Anh ta là một chú chó ngoan ngoãn, nhưng giờ đây bản năng hoang dã của anh ta đang thức tỉnh.
Les muscles de Buck se tendirent et sa fourrure se dressa sur tout son dos.
Cơ bắp của Buck căng cứng, và lông trên lưng nó dựng đứng.
Il grogna férocement et bondit droit dans la neige.
Anh ta gầm gừ dữ dội và nhảy thẳng lên khỏi tuyết.
La neige volait dans toutes les directions alors qu'il faisait irruption dans la lumière du jour.
Tuyết bay tứ tung khắp nơi khi anh ta lao vào ánh sáng ban ngày.
Avant même d'atterrir, Buck vit le camp s'étendre devant lui.
Ngay cả trước khi đổ bộ, Buck đã nhìn thấy trại lính trải rộng trước mắt.
Il se souvenait de tout ce qui s'était passé la veille, d'un seul coup.
Anh ấy nhớ lại mọi chuyện của ngày hôm trước cùng một lúc.
Il se souvenait d'avoir flâné avec Manuel et d'avoir fini à cet endroit.
Anh nhớ đã đi dạo cùng Manuel và dừng chân ở nơi này.
Il se souvenait avoir creusé le trou et s'être endormi dans le froid.
Ông nhớ mình đã đào một cái hố và ngủ quên trong giá lạnh.
Maintenant, il était réveillé et le monde sauvage qui l'entourait était clair.
Bây giờ anh đã tỉnh và thế giới hoang dã xung quanh anh đã trở nên rõ ràng.

Un cri de François salua l'apparition soudaine de Buck.
François hét lớn chào đón sự xuất hiện đột ngột của Buck.
« Qu'est-ce que j'ai dit ? » cria le conducteur du chien à Perrault.
"Tôi đã nói gì cơ?" Người đánh xe chó hét lớn với Perrault.
« Ce Buck apprend vraiment très vite », a ajouté François.
François nói thêm: "Chắc chắn Buck học rất nhanh".
Perrault hocha gravement la tête, visiblement satisfait du résultat.
Perrault gật đầu nghiêm túc, rõ ràng là hài lòng với kết quả.
En tant que courrier pour le gouvernement canadien, il transportait des dépêches.
Với tư cách là người chuyển phát nhanh cho Chính phủ Canada, ông phụ trách chuyển phát công văn.
Il était impatient de trouver les meilleurs chiens pour son importante mission.
Ông háo hức tìm những chú chó tốt nhất cho nhiệm vụ quan trọng của mình.
Il se sentait particulièrement heureux maintenant que Buck faisait partie de l'équipe.
Anh cảm thấy đặc biệt vui mừng khi Buck đã trở thành thành viên của đội.
Trois autres huskies ont été ajoutés à l'équipe en une heure.
Ba chú chó husky nữa được thêm vào đội trong vòng một giờ.
Cela porte le nombre total de chiens dans l'équipe à neuf.
Như vậy, tổng số chó trong đội lên tới chín.
En quinze minutes, tous les chiens étaient dans leurs harnais.
Trong vòng mười lăm phút, tất cả các chú chó đã được đeo dây nịt.
L'équipe de traîneaux remontait le sentier en direction du canyon de Dyea.
Đội xe trượt tuyết đang lao lên con đường mòn hướng về Dyea Cañon.
Buck était heureux de partir, même si le travail à venir était difficile.

Buck cảm thấy vui khi được rời đi, mặc dù công việc phía trước rất khó khăn.

Il s'est rendu compte qu'il ne détestait pas particulièrement le travail ou le froid.

Ông nhận ra rằng mình không thực sự ghét công việc lao động hay cái lạnh.

Il a été surpris par l'empressement qui a rempli toute l'équipe.

Ông ngạc nhiên trước sự háo hức tràn ngập khắp toàn đội.

Encore plus surprenant fut le changement qui s'était produit chez Dave et Solleks.

Điều đáng ngạc nhiên hơn nữa là sự thay đổi của Dave và Solleks.

Ces deux chiens étaient complètement différents lorsqu'ils étaient attelés.

Hai con chó này hoàn toàn khác nhau khi chúng được kéo vào chuồng.

Leur passivité et leur manque d'intérêt avaient complètement disparu.

Sự thụ động và thiếu quan tâm của họ đã hoàn toàn biến mất.

Ils étaient alertes et actifs, et désireux de bien faire leur travail.

Họ rất tỉnh táo và năng động, luôn mong muốn làm tốt công việc của mình.

Ils s'irritaient violemment à tout ce qui pouvait provoquer un retard ou une confusion.

Họ trở nên cực kỳ khó chịu với bất cứ điều gì gây ra sự chậm trễ hoặc nhầm lẫn.

Le travail acharné sur les rênes était le centre de tout leur être.

Công việc khó khăn trên dây cương là trọng tâm của toàn bộ con người họ.

Tirer un traîneau semblait être la seule chose qu'ils appréciaient vraiment.

Có vẻ như kéo xe trượt tuyết là hoạt động duy nhất mà họ thực sự thích.

Dave était à l'arrière du groupe, le plus proche du traîneau lui-même.
Dave ở phía sau nhóm, gần chiếc xe trượt tuyết nhất.
Buck a été placé devant Dave, et Solleks a dépassé Buck.
Buck được đặt ở phía trước Dave, và Solleks vượt lên trước Buck.
Le reste des chiens était aligné devant eux en file indienne.
Những con chó còn lại được xếp thành một hàng dọc ở phía trước.
La position de tête à l'avant était occupée par Spitz.
Vị trí dẫn đầu ở phía trước được Spitz đảm nhiệm.
Buck avait été placé entre Dave et Solleks pour l'instruction.
Buck được đặt giữa Dave và Solleks để được hướng dẫn.
Il apprenait vite et ils étaient des professeurs fermes et compétents.
Ông học nhanh, còn họ là những giáo viên nghiêm khắc và có năng lực.
Ils n'ont jamais permis à Buck de rester longtemps dans l'erreur.
Họ không bao giờ cho phép Buck tiếp tục sai lầm lâu dài.
Ils ont enseigné leurs leçons avec des dents acérées quand c'était nécessaire.
Họ dạy bài bằng sự sắc bén khi cần thiết.
Dave était juste et faisait preuve d'une sagesse calme et sérieuse.
Dave rất công bằng và thể hiện sự khôn ngoan một cách lặng lẽ, nghiêm túc.
Il n'a jamais mordu Buck sans une bonne raison de le faire.
Anh ấy không bao giờ cắn Buck mà không có lý do chính đáng.
Mais il n'a jamais manqué de mordre lorsque Buck avait besoin d'être corrigé.
Nhưng anh ta không bao giờ bỏ lỡ cơ hội khi Buck cần được sửa sai.
Le fouet de François était toujours prêt et soutenait leur autorité.
Roi của François luôn sẵn sàng và ủng hộ quyền lực của họ.

Buck a vite compris qu'il valait mieux obéir que riposter.
Buck sớm nhận ra rằng tốt hơn là tuân lệnh thay vì chống trả.
Un jour, lors d'un court repos, Buck s'est emmêlé dans les rênes.
Một lần, trong lúc nghỉ ngơi, Buck bị vướng vào dây cương.
Il a retardé le départ et a perturbé le mouvement de l'équipe.
Anh ta đã trì hoãn việc khởi hành và làm rối loạn chuyển động của đội.
Dave et Solleks se sont jetés sur lui et lui ont donné une raclée.
Dave và Solleks lao vào và đánh anh ta một trận tơi bời.
L'enchevêtrement n'a fait qu'empirer, mais Buck a bien appris sa leçon.
Sự rắc rối ngày càng tệ hơn, nhưng Buck đã học được bài học của mình.
Dès lors, il garda les rênes tendues et travailla avec soin.
Từ đó trở đi, ông luôn giữ chặt dây cương và làm việc một cách cẩn thận.
Avant la fin de la journée, Buck avait maîtrisé une grande partie de sa tâche.
Trước khi ngày kết thúc, Buck đã hoàn thành phần lớn nhiệm vụ của mình.
Ses coéquipiers ont presque arrêté de le corriger ou de le mordre.
Các đồng đội của anh ấy gần như ngừng sửa lỗi hoặc cắn anh ấy.
Le fouet de François claquait de moins en moins souvent dans l'air.
Tiếng roi của François quất vào không khí ngày một thưa dần.
Perrault a même soulevé les pieds de Buck et a soigneusement examiné chaque patte.
Perrault thậm chí còn nhấc chân Buck lên và cẩn thận kiểm tra từng bàn chân.
Cela avait été une journée de course difficile, longue et épuisante pour eux tous.
Đó là một ngày chạy vất vả, dài và mệt mỏi đối với tất cả mọi người.

Ils remontèrent le Cañon, traversèrent Sheep Camp et passèrent devant les Scales.
Họ đi lên Cañon, qua Trại Cừu và qua Scales.
Ils ont traversé la limite des forêts, puis des glaciers et des congères de plusieurs mètres de profondeur.
Họ băng qua ranh giới rừng, rồi đến các sông băng và đống tuyết sâu hàng feet.
Ils ont escaladé la grande et froide chaîne de montagnes Chilkoot Divide.
Họ leo lên con đường Chilkoot Divide lạnh lẽo và hiểm trở.
Cette haute crête se dressait entre l'eau salée et l'intérieur gelé.
Sườn núi cao đó nằm giữa nước mặn và vùng bên trong đóng băng.
Les montagnes protégeaient le Nord triste et solitaire avec de la glace et des montées abruptes.
Những ngọn núi bảo vệ miền Bắc buồn bã và cô đơn bằng băng giá và những con dốc đứng.
Ils ont parcouru à bon rythme une longue chaîne de lacs en aval de la ligne de partage des eaux.
Họ đã có thời gian tốt khi đi qua một chuỗi hồ dài bên dưới đường phân chia.
Ces lacs remplissaient les anciens cratères de volcans éteints.
Những hồ nước này lấp đầy các miệng núi lửa cổ xưa đã tắt.
Tard dans la nuit, ils atteignirent un grand camp au bord du lac Bennett.
Đêm hôm đó, họ đến một trại lớn ở Hồ Bennett.
Des milliers de chercheurs d'or étaient là, construisant des bateaux pour le printemps.
Hàng ngàn người tìm vàng đã có mặt ở đó để đóng thuyền cho mùa xuân.
La glace allait bientôt se briser et ils devaient être prêts.
Băng sắp tan và họ phải sẵn sàng.
Buck creusa son trou dans la neige et tomba dans un profond sommeil.
Buck đào một cái hố trong tuyết và chìm vào giấc ngủ sâu.

Il dormait comme un ouvrier, épuisé par une dure journée de travail.
Ông ngủ như một người lao động, kiệt sức sau một ngày làm việc vất vả.
Mais trop tôt dans l'obscurité, il fut tiré de son sommeil.
Nhưng khi trời còn quá sớm, anh đã bị kéo ra khỏi giấc ngủ.
Il fut à nouveau attelé avec ses compagnons et attaché au traîneau.
Anh ta lại được kéo cùng với những người bạn của mình và buộc vào xe trượt tuyết.
Ce jour-là, ils ont parcouru quarante milles, car la neige était bien battue.
Ngày hôm đó họ đi được bốn mươi dặm vì tuyết đã được giẫm nhiều.
Le lendemain, et pendant plusieurs jours après, la neige était molle.
Ngày hôm sau, và nhiều ngày sau đó, tuyết vẫn mềm.
Ils ont dû faire le chemin eux-mêmes, en travaillant plus dur et en avançant plus lentement.
Họ phải tự mình tạo ra con đường, làm việc chăm chỉ hơn và di chuyển chậm hơn.
Habituellement, Perrault marchait devant l'équipe avec des raquettes palmées.
Thông thường, Perrault đi trước đội với đôi giày đi tuyết có màng.
Ses pas ont compacté la neige, facilitant ainsi le déplacement du traîneau.
Những bước chân của ông làm tuyết lún xuống, giúp xe trượt tuyết di chuyển dễ dàng hơn.
François, qui dirigeait depuis le mât, prenait parfois le relais.
François, người lái từ cần lái, đôi khi lại tiếp quản.
Mais il était rare que François prenne les devants
Nhưng hiếm khi François dẫn đầu
parce que Perrault était pressé de livrer les lettres et les colis.
vì Perrault đang vội vã chuyển thư và bưu kiện.
Perrault était fier de sa connaissance de la neige, et surtout de la glace.

Perrault tự hào về kiến thức của mình về tuyết, đặc biệt là băng.
Cette connaissance était essentielle, car la glace d'automne était dangereusement mince.
Kiến thức đó rất cần thiết vì băng mùa thu rất mỏng.
Là où l'eau coulait rapidement sous la surface, il n'y avait pas du tout de glace.
Nơi nước chảy nhanh bên dưới bề mặt thì không hề có băng.

Jour après jour, la même routine se répétait sans fin.
Ngày này qua ngày khác, thói quen đó cứ lặp đi lặp lại không hồi kết.
Buck travaillait sans relâche sur les rênes, de l'aube jusqu'à la nuit.
Buck miệt mài kéo dây cương từ sáng đến tối.
Ils quittèrent le camp dans l'obscurité, bien avant le lever du soleil.
Họ rời trại trong bóng tối, từ rất lâu trước khi mặt trời mọc.
Au moment où le jour se leva, ils avaient déjà parcouru de nombreux kilomètres.
Khi trời sáng, họ đã đi được nhiều dặm đường rồi.
Ils ont installé leur campement après la tombée de la nuit, mangeant du poisson et creusant dans la neige.
Họ dựng trại sau khi trời tối, ăn cá và đào hang trong tuyết.
Buck avait toujours faim et n'était jamais vraiment satisfait de sa ration.
Buck luôn đói và không bao giờ thực sự hài lòng với khẩu phần ăn của mình.
Il recevait une livre et demie de saumon séché chaque jour.
Mỗi ngày ông nhận được một pound rưỡi cá hồi khô.
Mais la nourriture semblait disparaître en lui, laissant la faim derrière elle.
Nhưng thức ăn dường như biến mất bên trong anh, để lại con đói.
Il souffrait constamment de la faim et rêvait de plus de nourriture.

Ông liên tục bị cơn đói hành hạ và mơ ước có nhiều thức ăn hơn.

Les autres chiens n'ont pris qu'une livre, mais ils sont restés forts.

Những con chó khác chỉ được một pound thức ăn, nhưng chúng vẫn khỏe mạnh.

Ils étaient plus petits et étaient nés dans le mode de vie du Nord.

Họ nhỏ con hơn và được sinh ra ở miền Bắc.

Il perdit rapidement la méticulosité qui avait marqué son ancienne vie.

Ông nhanh chóng mất đi sự cầu kỳ vốn có trong cuộc sống trước đây của mình.

Il avait été un mangeur délicat, mais maintenant ce n'était plus possible.

Trước đây ông là người ăn uống thanh đạm, nhưng bây giờ điều đó không còn khả thi nữa.

Ses camarades ont terminé premiers et lui ont volé sa ration inachevée.

Những người bạn của anh ta đã ăn xong trước và cướp mất phần ăn còn lại của anh ta.

Une fois qu'ils ont commencé, il n'y avait aucun moyen de défendre sa nourriture contre eux.

Một khi chúng bắt đầu, không có cách nào để bảo vệ thức ăn của anh khỏi chúng.

Pendant qu'il combattait deux ou trois chiens, les autres volaient le reste.

Trong khi anh ta đánh đuổi hai hoặc ba con chó, những con khác đã đánh cắp số còn lại.

Pour résoudre ce problème, il a commencé à manger aussi vite que les autres.

Để khắc phục điều này, anh ấy bắt đầu ăn nhanh như những người khác.

La faim le poussait tellement qu'il prenait même de la nourriture qui n'était pas la sienne.

Cơn đói thúc đẩy anh ta đến mức anh ta thậm chí còn lấy cả thức ăn không phải của mình.

Il observait les autres et apprenait rapidement de leurs actions.
Anh ấy quan sát những người khác và học hỏi nhanh chóng từ hành động của họ.

Il a vu Pike, un nouveau chien, voler une tranche de bacon à Perrault.
Anh ta nhìn thấy Pike, một chú chó mới, đang ăn trộm một miếng thịt xông khói của Perrault.

Pike avait attendu que Perrault ait le dos tourné pour voler le bacon.
Pike đã đợi cho đến khi Perrault quay lưng lại mới lấy trộm thịt xông khói.

Le lendemain, Buck a copié Pike et a volé tout le morceau.
Ngày hôm sau, Buck bắt chước Pike và đánh cắp toàn bộ miếng thịt.

Un grand tumulte s'ensuivit, mais Buck ne fut pas suspecté.
Một tiếng ồn lớn vang lên, nhưng Buck không bị nghi ngờ.

Dub, un chien maladroit qui se faisait toujours prendre, a été puni à la place.
Dub, một chú chó vụng về luôn bị bắt gặp, đã bị trừng phạt.

Ce premier vol a fait de Buck un chien apte à survivre dans le Nord.
Vụ trộm đầu tiên đó đã đánh dấu Buck là một chú chó thích hợp để sinh tồn ở miền Bắc.

Il a montré qu'il pouvait s'adapter à de nouvelles conditions et apprendre rapidement.
Ông đã chứng tỏ mình có thể thích nghi với điều kiện mới và học hỏi rất nhanh.

Sans une telle adaptabilité, il serait mort rapidement et gravement.
Nếu không có khả năng thích nghi đó, ông đã chết một cách nhanh chóng và thảm khốc.

Cela a également marqué l'effondrement de sa nature morale et de ses valeurs passées.
Nó cũng đánh dấu sự suy sụp về bản chất đạo đức và các giá trị trong quá khứ của ông.

Dans le Southland, il avait vécu sous la loi de l'amour et de la bonté.
Ở miền Nam, ông sống theo luật yêu thương và lòng tốt.
Là, il était logique de respecter la propriété et les sentiments des autres chiens.
Ở đó, việc tôn trọng tài sản và cảm xúc của những chú chó khác là điều hợp lý.
Mais le Northland suivait la loi du club et la loi du croc.
Nhưng vùng đất phía Bắc lại tuân theo luật dùi cui và luật nanh vuốt.
Quiconque respectait les anciennes valeurs ici était stupide et échouerait.
Bất cứ ai tôn trọng các giá trị cũ ở đây đều là kẻ ngốc và sẽ thất bại.
Buck n'a pas réfléchi à tout cela dans son esprit.
Buck không hề lý giải tất cả những điều này trong đầu.
Il était en forme et s'est donc adapté sans avoir besoin de réfléchir.
Anh ấy khỏe mạnh nên có thể điều chỉnh mà không cần phải suy nghĩ.
De toute sa vie, il n'avait jamais fui un combat.
Trong suốt cuộc đời mình, ông chưa bao giờ chạy trốn khỏi một cuộc chiến.
Mais la massue en bois de l'homme au pull rouge a changé cette règle.
Nhưng cây dùi cui gỗ của người đàn ông mặc áo len đỏ đã thay đổi quy luật đó.
Il suivait désormais un code plus profond et plus ancien, inscrit dans son être.
Bây giờ anh ấy tuân theo một quy tắc sâu sắc hơn, cũ kỹ hơn đã khắc sâu vào trong con người anh.
Il ne volait pas par plaisir, mais par faim.
Anh ta không ăn cắp vì thích thú mà vì đau đớn vì đói.
Il n'a jamais volé ouvertement, mais il a volé avec ruse et prudence.
Ông không bao giờ cướp một cách công khai mà ăn cắp một cách xảo quyệt và cẩn thận.

Il a agi par respect pour la massue en bois et par peur du croc.
Anh ta hành động như vậy vì tôn trọng cây gậy gỗ và sợ nanh.
En bref, il a fait ce qui était plus facile et plus sûr que de ne pas le faire.
Tóm lại, ông đã làm những gì dễ dàng và an toàn hơn là không làm gì cả.
Son développement – ou peut-être son retour à ses anciens instincts – fut rapide.
Sự phát triển của anh ấy — hay có lẽ là sự trở lại với bản năng cũ — diễn ra rất nhanh.
Ses muscles se durcirent jusqu'à devenir aussi forts que du fer.
Cơ bắp của anh cứng lại cho đến khi chúng mạnh như sắt.
Il ne se souciait plus de la douleur, à moins qu'elle ne soit grave.
Anh ấy không còn quan tâm đến nỗi đau nữa, trừ khi đó là nỗi đau nghiêm trọng.
Il est devenu efficace à l'intérieur comme à l'extérieur, ne gaspillant rien du tout.
Ông trở nên hiệu quả cả về bên trong lẫn bên ngoài, không lãng phí bất cứ thứ gì.
Il pouvait manger des choses viles, pourries ou difficiles à digérer.
Ông có thể ăn những thứ ghê tởm, thối rữa hoặc khó tiêu.
Quoi qu'il mange, son estomac utilisait jusqu'au dernier morceau de valeur.
Bất kể anh ta ăn gì, dạ dày cũng sử dụng hết mọi thứ có giá trị.
Son sang transportait les nutriments loin dans son corps puissant.
Máu của ông vận chuyển chất dinh dưỡng đi khắp cơ thể cường tráng của ông.
Cela a créé des tissus solides qui lui ont donné une endurance incroyable.
Điều này giúp xây dựng các mô khỏe mạnh mang lại cho anh sức bền đáng kinh ngạc.

Sa vue et son odorat sont devenus beaucoup plus sensibles qu'avant.
Thị giác và khứu giác của anh trở nên nhạy bén hơn trước rất nhiều.
Son ouïe est devenue si fine qu'il pouvait détecter des sons faibles pendant son sommeil.
Thính giác của ông trở nên nhạy bén đến mức ông có thể phát hiện ra những âm thanh yếu ớt trong lúc ngủ.
Il savait dans ses rêves si les sons signifiaient sécurité ou danger.
Trong mơ, anh biết những âm thanh đó có nghĩa là an toàn hay nguy hiểm.
Il a appris à mordre la glace entre ses orteils avec ses dents.
Anh ấy đã học cách cắn băng giữa các ngón chân bằng răng.
Si un point d'eau gelait, il brisait la glace avec ses jambes.
Nếu một vũng nước đóng băng, anh ta sẽ phá băng bằng chân của mình.
Il se cabra et frappa violemment la glace avec ses membres antérieurs raides.
Anh ta đứng thẳng dậy và đập mạnh xuống băng bằng đôi chân trước cứng đờ.
Sa capacité la plus frappante était de prédire les changements de vent pendant la nuit.
Khả năng nổi bật nhất của ông là dự đoán sự thay đổi của gió trong đêm.
Même lorsque l'air était calme, il choisissait des endroits abrités du vent.
Ngay cả khi không khí tĩnh lặng, ông vẫn chọn những nơi tránh gió.
Partout où il creusait son nid, le vent du lendemain le passait à côté de lui.
Bất cứ nơi nào nó đào tổ, cơn gió ngày hôm sau đều thổi ngang qua.
Il finissait toujours par se blottir et se protéger, sous le vent.
Anh ta luôn luôn ở nơi an toàn và được bảo vệ, khuất gió.
Buck n'a pas seulement appris par l'expérience : son instinct est également revenu.

Buck không chỉ học được từ kinh nghiệm mà bản năng của anh cũng quay trở lại.

Les habitudes des générations domestiquées ont commencé à disparaître.

Thói quen của các thế hệ thuần hóa bắt đầu mất đi.

De manière vague, il se souvenait des temps anciens de sa race.

Ông mơ hồ nhớ lại thời xa xưa của giống nòi mình.

Il repensa à l'époque où les chiens sauvages couraient en meute dans les forêts.

Anh nhớ lại thời những con chó hoang chạy thành bầy xuyên qua rừng.

Ils avaient poursuivi et tué leur proie en la poursuivant.

Họ đã đuổi theo và giết chết con mồi trong khi truy đuổi.

Il était facile pour Buck d'apprendre à se battre avec force et rapidité.

Buck có thể dễ dàng học cách chiến đấu bằng sức mạnh và tốc độ.

Il utilisait des coupures, des entailles et des coups rapides, tout comme ses ancêtres.

Ông sử dụng các đòn cắt, chém và đập nhanh giống như tổ tiên của mình.

Ces ancêtres se sont réveillés en lui et ont réveillé sa nature sauvage.

Những tổ tiên đó đã khuấy động bên trong anh và đánh thức bản chất hoang dã của anh.

Leurs anciennes compétences lui avaient été transmises par le sang.

Những kỹ năng cũ của họ đã được truyền vào anh thông qua dòng máu.

Leurs tours étaient désormais à lui, sans besoin de pratique ni d'effort.

Những mánh khóe của họ giờ đã là của anh, không cần phải luyện tập hay nỗ lực.

Lors des nuits calmes et froides, Buck levait le nez et hurlait.

Vào những đêm tĩnh lặng và lạnh giá, Buck hếch mũi lên và hú.

Il hurla longuement et profondément, comme le faisaient les loups autrefois.

Anh ta tru lên một tiếng dài và sâu, giống như tiếng tru của loài sói từ lâu.

À travers lui, ses ancêtres morts pointaient leur nez et hurlaient.

Qua anh, tổ tiên đã khuất của anh hếch mũi và hú lên.

Ils ont hurlé à travers les siècles avec sa voix et sa forme.

Họ đã hú vang qua nhiều thế kỷ bằng giọng nói và hình dáng của ông.

Ses cadences étaient les leurs, de vieux cris qui parlaient de chagrin et de froid.

Nhịp điệu của ông cũng giống như họ, tiếng kêu cũ rích báo hiệu nỗi đau buồn và giá lạnh.

Ils chantaient l'obscurité, la faim et le sens de l'hiver.

Họ hát về bóng tối, về cơn đói và ý nghĩa của mùa đông.

Buck a prouvé que la vie est façonnée par des forces qui nous dépassent.

Buck đã chứng minh rằng cuộc sống được định hình bởi những thế lực bên ngoài bản thân mình,

L'ancienne chanson s'éleva à travers Buck et s'empara de son âme.

bài hát cổ xưa vang lên trong Buck và chiếm lấy tâm hồn anh.

Il s'est retrouvé parce que les hommes avaient trouvé de l'or dans le Nord.

Ông đã tìm thấy chính mình vì con người đã tìm thấy vàng ở phương Bắc.

Et il s'est retrouvé parce que Manuel, l'aide du jardinier, avait besoin d'argent.

Và anh đã tìm thấy chính mình vì Manuel, người phụ việc làm vườn, đang cần tiền.

La Bête Primordiale Dominante
Quái thú nguyên thủy thống trị

La bête primordiale dominante était aussi forte que jamais en Buck.
Con thú nguyên thủy thống trị vẫn mạnh mẽ như thường lệ trong Buck.
Mais la bête primordiale dominante sommeillait en lui.
Nhưng con thú nguyên thủy thống trị vẫn ẩn núp bên trong anh ta.
La vie sur le sentier était dure, mais elle renforçait la bête qui sommeillait en Buck.
Cuộc sống trên đường mòn thật khắc nghiệt, nhưng nó đã tôi luyện nên con thú bên trong Buck.
Secrètement, la bête devenait de plus en plus forte chaque jour.
Con thú này ngày càng mạnh mẽ hơn một cách bí ẩn.
Mais cette croissance intérieure est restée cachée au monde extérieur.
Nhưng sự phát triển bên trong đó vẫn ẩn giấu với thế giới bên ngoài.
Une force primordiale, calme et tranquille, se construisait à l'intérieur de Buck.
Một sức mạnh nguyên thủy yên tĩnh và tĩnh lặng đang hình thành bên trong Buck.
Une nouvelle ruse a donné à Buck l'équilibre, le calme, le contrôle et l'équilibre.
Sự khôn ngoan mới mang lại cho Buck sự cân bằng, khả năng kiểm soát bình tĩnh và điềm đạm.
Buck s'est concentré sur son adaptation, sans jamais se sentir complètement détendu.
Buck tập trung hết sức vào việc thích nghi và không bao giờ cảm thấy hoàn toàn thư giãn.
Il évitait les conflits, ne déclenchait jamais de bagarres et ne cherchait jamais les ennuis.
Ông tránh xung đột, không bao giờ gây gổ hay tìm kiếm rắc rối.

Une réflexion lente et constante façonnait chaque mouvement de Buck.
Một sự chu đáo chậm rãi, vững chắc định hình từng hành động của Buck.
Il évitait les choix irréfléchis et les décisions soudaines et imprudentes.
Ông tránh những lựa chọn hấp tấp và những quyết định đột ngột, liều lĩnh.
Bien que Buck détestait profondément Spitz, il ne lui montrait aucune agressivité.
Mặc dù Buck rất ghét Spitz, nhưng anh không hề tỏ ra hung dữ.
Buck n'a jamais provoqué Spitz et a gardé ses actions contenues.
Buck không bao giờ khiêu khích Spitz và luôn kiềm chế hành động của mình.
Spitz, de son côté, sentait le danger grandissant chez Buck.
Ngược lại, Spitz cảm nhận được mối nguy hiểm đang gia tăng ở Buck.
Il considérait Buck comme une menace et un sérieux défi à son pouvoir.
Ông coi Buck là mối đe dọa và là thách thức nghiêm trọng đối với quyền lực của mình.
Il profitait de chaque occasion pour grogner et montrer ses dents acérées.
Anh ta tận dụng mọi cơ hội để gầm gừ và phô hàm răng sắc nhọn của mình.
Il essayait de déclencher le combat mortel qui devait avoir lieu.
Anh ta đang cố gắng bắt đầu cuộc chiến chết chóc sắp xảy ra.
Au début du voyage, une bagarre a failli éclater entre eux.
Vào đầu chuyến đi, một cuộc ẩu đả gần như đã xảy ra giữa họ.
Mais un accident inattendu a empêché le combat d'avoir lieu.
Nhưng một tai nạn bất ngờ đã khiến cuộc chiến phải dừng lại.
Ce soir-là, ils installèrent leur campement sur le lac Le Barge, extrêmement froid.

Tối hôm đó, họ dựng trại trên hồ Le Barge lạnh buốt.
La neige tombait fort et le vent soufflait comme un couteau.
Tuyết rơi dày và gió cắt như dao.
La nuit était venue trop vite et l'obscurité les entourait.
Đêm đã đến quá nhanh và bóng tối bao trùm lấy họ.
Ils n'auraient pas pu choisir un pire endroit pour se reposer.
Họ khó có thể chọn một nơi nào tệ hơn để nghỉ ngơi.
Les chiens cherchaient désespérément un endroit où se coucher.
Những chú chó tuyệt vọng tìm kiếm một nơi để nằm xuống.
Un haut mur de roche s'élevait abruptement derrière le petit groupe.
Một bức tường đá cao dựng đứng phía sau nhóm nhỏ này.
La tente avait été laissée à Dyea pour alléger la charge.
Chiếc lều đã được để lại ở Dyea để giảm tải.
Ils n'avaient pas d'autre choix que d'allumer le feu sur la glace elle-même.
Họ không còn lựa chọn nào khác ngoài việc nhóm lửa trên chính băng.
Ils étendent leurs robes de nuit directement sur le lac gelé.
Họ trải áo ngủ trực tiếp xuống mặt hồ đóng băng.
Quelques bâtons de bois flotté leur ont donné un peu de feu.
Một vài thanh gỗ trôi dạt có thể giúp họ nhóm lửa.
Mais le feu s'est allumé sur la glace et a fondu à travers elle.
Nhưng ngọn lửa được nhóm lên trên băng và tan chảy qua băng.
Finalement, ils mangeaient leur dîner dans l'obscurité.
Cuối cùng họ ăn tối trong bóng tối.
Buck s'est recroquevillé près du rocher, à l'abri du vent froid.
Buck cuộn mình bên cạnh tảng đá, tránh xa cơn gió lạnh.
L'endroit était si chaud et sûr que Buck détestait déménager.
Nơi này ấm áp và an toàn đến nỗi Buck ghét phải rời đi.
Mais François avait réchauffé le poisson et distribuait les rations.
Nhưng François đã hâm nóng cá và phát khẩu phần ăn.
Buck finit de manger rapidement et retourna dans son lit.
Buck ăn xong một cách nhanh chóng và quay trở lại giường.

Mais Spitz était maintenant allongé là où Buck avait fait son lit.
Nhưng Spitz lúc này lại nằm ở nơi Buck đã nằm.
Un grognement sourd avertit Buck que Spitz refusait de bouger.
Một tiếng gầm gừ nhỏ cảnh báo Buck rằng Spitz từ chối di chuyển.
Jusqu'à présent, Buck avait évité ce combat avec Spitz.
Cho đến bây giờ, Buck vẫn tránh được cuộc chiến này với Spitz.
Mais au plus profond de Buck, la bête s'est finalement libérée.
Nhưng sâu thẳm bên trong Buck, con thú cuối cùng đã vùng thoát.
Le vol de son lieu de couchage était trop difficile à tolérer.
Việc mất cắp chỗ ngủ của anh ấy là điều không thể chấp nhận được.
Buck se lança sur Spitz, plein de colère et de rage.
Buck lao vào Spitz, đầy tức giận và phẫn nộ.
Jusqu'à présent, Spitz pensait que Buck n'était qu'un gros chien.
Cho đến tận bây giờ Spitz vẫn nghĩ Buck chỉ là một chú chó lớn.
Il ne pensait pas que Buck avait survécu grâce à son esprit.
Anh không nghĩ Buck có thể sống sót nhờ vào tinh thần của anh.
Il s'attendait à la peur et à la lâcheté, pas à la fureur et à la vengeance.
Ông mong đợi sự sợ hãi và hèn nhát chứ không phải sự giận dữ và trả thù.
François regarda les deux chiens sortir du nid en ruine.
François nhìn chằm chằm khi cả hai con chó lao ra khỏi tổ bị phá hủy.
Il comprit immédiatement ce qui avait déclenché cette lutte sauvage.
Anh ta hiểu ngay lý do dẫn đến cuộc đấu tranh dữ dội này.
« Aa-ah ! » s'écria François en soutien au chien brun.

"Aa-ah!" François hét lên để ủng hộ chú chó nâu.

« Frappez-le ! Par Dieu, punissez ce voleur sournois ! »

"Đánh cho hắn một trận! Trời ơi, trừng phạt tên trộm gian xảo này!"

Spitz a montré une volonté égale et une impatience folle de se battre.

Spitz cũng thể hiện sự sẵn sàng và háo hức chiến đấu mãnh liệt.

Il cria de rage tout en tournant rapidement en rond, cherchant une ouverture.

Anh ta hét lên trong cơn thịnh nộ trong khi di chuyển vòng tròn nhanh chóng, tìm kiếm một khoảng trống.

Buck a montré la même soif de combat et la même prudence.

Buck cũng thể hiện sự khao khát chiến đấu và sự thận trọng như vậy.

Il a également encerclé son adversaire, essayant de prendre le dessus dans la bataille.

Anh ta cũng bao quanh đối thủ của mình, cố gắng giành thế thượng phong trong trận chiến.

Puis quelque chose d'inattendu s'est produit et a tout changé.

Sau đó, một điều bất ngờ đã xảy ra và thay đổi mọi thứ.

Ce moment a retardé l'éventuelle lutte pour le leadership.

Khoảnh khắc đó đã trì hoãn cuộc chiến giành quyền lãnh đạo sau này.

De nombreux kilomètres de piste et de lutte attendaient encore avant la fin.

Nhiều dặm đường mòn và sự đấu tranh vẫn đang chờ đợi trước khi đến đích.

Perrault cria un juron tandis qu'une massue frappait un os.

Perrault hét lên lời thề khi một chiếc dùi cui đập vào xương.

Un cri aigu de douleur suivit, puis le chaos explosa tout autour.

Một tiếng thét đau đớn vang lên, sau đó hỗn loạn bùng nổ khắp nơi.

Des formes sombres se déplaçaient dans le camp ; des huskies sauvages, affamés et féroces.

Những bóng đen di chuyển trong trại; những chú chó husky hoang dã, đói khát và hung dữ.

Quatre ou cinq douzaines de huskies avaient reniflé le camp de loin.

Bốn hoặc năm chục con chó husky đã đánh hơi khu trại từ xa.

Ils s'étaient glissés discrètement pendant que les deux chiens se battaient à proximité.

Họ đã lặng lẽ lẻn vào trong khi hai con chó đang đánh nhau gần đó.

François et Perrault chargèrent en brandissant des massues sur les envahisseurs.

François và Perrault lao tới, vung gậy vào những kẻ xâm lược.

Les huskies affamés ont montré les dents et ont riposté avec frénésie.

Những chú chó husky đói khát nhe răng và chống trả dữ dội.

L'odeur de la viande et du pain les avait chassés de toute peur.

Mùi thịt và bánh mì đã giúp họ vượt qua mọi nỗi sợ hãi.

Perrault battait un chien qui avait enfoui sa tête dans la boîte à nourriture.

Perrault đánh một con chó đã vùi đầu vào hộp đựng thức ăn.

Le coup a été violent et la boîte s'est retournée, la nourriture s'est répandue.

Cú đánh rất mạnh khiến chiếc hộp lật ngược lại, thức ăn đổ ra ngoài.

En quelques secondes, une vingtaine de bêtes sauvages déchirèrent le pain et la viande.

Chỉ trong vài giây, hàng chục con thú dữ đã xé nát ổ bánh mì và thịt.

Les clubs masculins ont porté coup sur coup, mais aucun chien ne s'est détourné.

Những cây gậy của đàn ông liên tục giáng xuống những đòn đánh, nhưng không có con chó nào quay đi.

Ils hurlaient de douleur, mais se battaient jusqu'à ce qu'il ne reste plus de nourriture.

Họ hú lên vì đau đớn nhưng vẫn chiến đấu cho đến khi không còn thức ăn.

Pendant ce temps, les chiens de traîneau avaient sauté de leurs lits enneigés.
Trong khi đó, những chú chó kéo xe đã nhảy ra khỏi lớp tuyết phủ của chúng.

Ils ont été immédiatement attaqués par les huskies vicieux et affamés.
Họ ngay lập tức bị tấn công bởi những chú chó husky hung dữ và đói khát.

Buck n'avait jamais vu de créatures aussi sauvages et affamées auparavant.
Buck chưa bao giờ nhìn thấy những sinh vật hoang dã và đói khát như vậy.

Leur peau pendait librement, cachant à peine leur squelette.
Da của họ hở ra, gần như không thể che giấu bộ xương.

Il y avait un feu dans leurs yeux, de faim et de folie
Có một ngọn lửa trong mắt họ, vì đói và điên cuồng

Il n'y avait aucun moyen de les arrêter, aucune résistance à leur ruée sauvage.
Không có cách nào ngăn cản chúng; không thể chống lại sự lao tới dữ dội của chúng.

Les chiens de traîneau furent repoussés, pressés contre la paroi de la falaise.
Những chú chó kéo xe bị đẩy lùi, ép vào vách đá.

Trois huskies ont attaqué Buck en même temps, déchirant sa chair.
Ba con chó husky tấn công Buck cùng một lúc, xé xác cậu.

Du sang coulait de sa tête et de ses épaules, là où il avait été coupé.
Máu chảy ra từ đầu và vai anh, nơi anh bị cắt.

Le bruit remplissait le camp : grognements, cris et cris de douleur.
Tiếng ồn tràn ngập khắp trại: tiếng gầm gừ, tiếng la hét và tiếng kêu đau đớn.

Billee pleurait fort, comme d'habitude, prise dans la mêlée et la panique.
Billee khóc lớn như thường lệ, bị cuốn vào cuộc hỗn chiến và hoảng loạn.

Dave et Solleks se tenaient côte à côte, saignant mais provocants.
Dave và Solleks đứng cạnh nhau, máu chảy nhưng vẫn kiên cường.
Joe s'est battu comme un démon, mordant tout ce qui s'approchait.
Joe chiến đấu như một con quỷ, cắn bất cứ thứ gì đến gần.
Il a écrasé la jambe d'un husky d'un claquement brutal de ses mâchoires.
Anh ta nghiền nát chân của một con chó husky chỉ bằng một cú cắn mạnh mẽ.
Pike a sauté sur le husky blessé et lui a brisé le cou instantanément.
Pike nhảy lên con chó husky bị thương và bẻ gãy cổ nó ngay lập tức.
Buck a attrapé un husky par la gorge et lui a déchiré la veine.
Buck tóm lấy cổ họng một con chó husky và xé toạc tĩnh mạch.
Le sang gicla et le goût chaud poussa Buck dans une frénésie.
Máu phun ra, và hương vị ấm áp khiến Buck trở nên điên cuồng.
Il s'est jeté sur un autre agresseur sans hésitation.
Anh ta lao vào kẻ tấn công khác mà không chút do dự.
Au même moment, des dents acérées s'enfoncèrent dans la gorge de Buck.
Cùng lúc đó, hàm răng sắc nhọn cắm vào cổ họng Buck.
Spitz avait frappé de côté, attaquant sans avertissement.
Spitz đã tấn công từ bên cạnh mà không báo trước.
Perrault et François avaient vaincu les chiens en volant la nourriture.
Perrault và François đã đánh bại được lũ chó ăn trộm thức ăn.
Ils se sont alors précipités pour aider leurs chiens à repousser les attaquants.
Bây giờ họ vội vã chạy đến giúp chó của mình chống trả lại kẻ tấn công.
Les chiens affamés se retirèrent tandis que les hommes brandissaient leurs gourdins.

Những con chó đói lùi lại khi những người đàn ông vung dùi cui.

Buck s'est libéré de l'attaque, mais l'évasion a été brève.

Buck thoát khỏi cuộc tấn công, nhưng chỉ thoát được trong chốc lát.

Les hommes ont couru pour sauver leurs chiens, et les huskies ont de nouveau afflué.

Những người đàn ông chạy đi cứu chó của họ, và đàn chó husky lại kéo đến.

Billee, effrayé et courageux, sauta dans la meute de chiens.

Billee, sợ hãi đến mức can đảm, nhảy vào bầy chó.

Mais il s'est alors enfui sur la glace, saisi de terreur et de panique.

Nhưng sau đó anh ta bỏ chạy qua băng trong sự sợ hãi và hoảng loạn tột độ.

Pike et Dub suivaient de près, courant pour sauver leur vie.

Pike và Dub chạy theo sát phía sau để thoát thân.

Le reste de l'équipe s'est séparé et dispersé, les suivant.

Phần còn lại của đội tan rã và tản ra, đuổi theo họ.

Buck rassembla ses forces pour courir, mais vit alors un éclair.

Buck cố gắng tập trung sức lực để chạy, nhưng rồi nhìn thấy một tia sáng.

Spitz s'est jeté sur le côté de Buck, essayant de le faire tomber au sol.

Spitz lao vào bên cạnh Buck, cố gắng vật anh ta xuống đất.

Sous cette foule de huskies, Buck n'aurait eu aucune échappatoire.

Với bầy chó husky đó, Buck sẽ không có lối thoát.

Mais Buck est resté ferme et s'est préparé au coup de Spitz.

Nhưng Buck vẫn đứng vững và chuẩn bị đón nhận cú đánh của Spitz.

Puis il s'est retourné et a couru sur la glace avec l'équipe en fuite.

Sau đó, anh ta quay người và chạy ra sân băng cùng với đội đang bỏ chạy.

Plus tard, les neuf chiens de traîneau se sont rassemblés à l'abri des bois.
Sau đó, chín chú chó kéo xe tập trung tại nơi trú ẩn trong rừng.
Personne ne les poursuivait plus, mais ils étaient battus et blessés.
Không còn ai đuổi theo họ nữa, nhưng họ đã bị đánh đập và bị thương.
Chaque chien avait des blessures ; quatre ou cinq coupures profondes sur chaque corps.
Mỗi con chó đều có vết thương; bốn hoặc năm vết cắt sâu trên cơ thể.
Dub avait une patte arrière blessée et avait du mal à marcher maintenant.
Dub bị thương ở chân sau và hiện đang gặp khó khăn khi đi lại.
Dolly, le nouveau chien de Dyea, avait la gorge tranchée.
Dolly, chú chó mới nhất từ Dyea, bị cắt cổ họng.
Joe avait perdu un œil et l'oreille de Billee était coupée en morceaux
Joe đã mất một mắt, và tai của Billee đã bị cắt thành từng mảnh
Tous les chiens ont crié de douleur et de défaite toute la nuit.
Tất cả các chú chó đều kêu khóc vì đau đớn và thất bại suốt đêm.
À l'aube, ils retournèrent au camp, endoloris et brisés.
Lúc rạng sáng, họ lê bước trở về trại, đau nhức và mệt mỏi.
Les huskies avaient disparu, mais le mal était fait.
Những chú chó husky đã biến mất, nhưng thiệt hại thì đã xảy ra.
Perrault et François étaient de mauvaise humeur à cause de la ruine.
Perrault và François đứng trong tâm trạng bực bội khi nhìn thấy đống đổ nát.
La moitié de la nourriture avait disparu, volée par les voleurs affamés.

Một nửa số thức ăn đã biến mất, bị những tên trộm đói khát cướp mất.

Les huskies avaient déchiré les fixations et la toile du traîneau.

Lũ chó husky đã xé toạc dây buộc và vải bạt của xe trượt tuyết.

Tout ce qui avait une odeur de nourriture avait été complètement dévoré.

Bất cứ thứ gì có mùi thức ăn đều bị ăn hết.

Ils ont mangé une paire de bottes de voyage en peau d'élan de Perrault.

Họ đã ăn một đôi giày đi du lịch bằng da nai của Perrault.

Ils ont mâché des reis en cuir et ruiné des sangles au point de les rendre inutilisables.

Họ nhai dây da và làm hỏng dây đeo đến mức không thể sử dụng được.

François cessa de fixer le fouet déchiré pour vérifier les chiens.

François ngừng nhìn chằm chằm vào sợi roi rách để kiểm tra lũ chó.

« Ah, mes amis », dit-il d'une voix basse et pleine d'inquiétude.

"Ồ, bạn của tôi," anh nói, giọng nói trầm và đầy lo lắng.

« Peut-être que toutes ces morsures vous transformeront en bêtes folles. »

"Có lẽ tất cả những vết cắn này sẽ biến bạn thành những con thú điên cuồng."

« Peut-être que ce sont tous des chiens enragés, sacredam ! Qu'en penses-tu, Perrault ? »

"Có lẽ tất cả đều là chó điên, thánh thần ơi! Anh nghĩ sao, Perrault?"

Perrault secoua la tête, les yeux sombres d'inquiétude et de peur.

Perrault lắc đầu, đôi mắt tối sầm lại vì lo lắng và sợ hãi.

Il y avait encore quatre cents milles entre eux et Dawson.

Vẫn còn khoảng cách bốn trăm dặm giữa họ và Dawson.

La folie canine pourrait désormais détruire toute chance de survie.
Sự điên cuồng của loài chó hiện nay có thể phá hủy mọi cơ hội sống sót.

Ils ont passé deux heures à jurer et à essayer de réparer le matériel.
Họ mất hai giờ để chửi thề và cố gắng sửa chữa thiết bị.

L'équipe blessée a finalement quitté le camp, brisée et vaincue.
Cuối cùng, đội bị thương phải rời khỏi trại trong tâm trạng tan vỡ và thất bại.

C'était le sentier le plus difficile jusqu'à présent, et chaque pas était douloureux.
Đây là con đường khó khăn nhất từ trước đến nay và mỗi bước đi đều đau đớn.

La rivière Thirty Mile n'était pas gelée et coulait à flots.
Sông Thirty Mile chưa đóng băng và đang chảy xiết.

Ce n'est que dans les endroits calmes et les tourbillons que la glace parvenait à tenir.
Chỉ ở những nơi yên tĩnh và có dòng nước xoáy thì băng mới có thể giữ được.

Six jours de dur labeur se sont écoulés jusqu'à ce que les trente milles soient parcourus.
Sáu ngày lao động khổ sai đã trôi qua cho đến khi hoàn thành được ba mươi dặm.

Chaque kilomètre parcouru sur le sentier apportait du danger et une menace de mort.
Mỗi dặm đường mòn đều mang đến nguy hiểm và đe dọa đến tính mạng.

Les hommes et les chiens risquaient leur vie à chaque pas douloureux.
Những người đàn ông và chó đều liều mạng sống của mình với mỗi bước đi đau đớn.

Perrault a franchi des ponts de glace minces à une douzaine de reprises.
Perrault đã phá vỡ những cây cầu băng mỏng hàng chục lần.

Il portait une perche et la laissait tomber sur le trou que son corps avait fait.
Anh ta cầm một cây sào và thả nó rơi ngang qua cái lỗ do cơ thể anh ta tạo ra.
Plus d'une fois, ce poteau a sauvé Perrault de la noyade.
Chiếc sào đó đã không chỉ một lần cứu Perrault khỏi chết đuối.
La vague de froid persistait, l'air était à cinquante degrés en dessous de zéro.
Thời tiết lạnh giá vẫn tiếp diễn, nhiệt độ không khí là âm năm mươi độ.
Chaque fois qu'il tombait, Perrault devait allumer un feu pour survivre.
Mỗi lần rơi xuống nước, Perrault phải đốt lửa để sống sót.
Les vêtements mouillés gelaient rapidement, alors il les séchait près d'une source de chaleur intense.
Quần áo ướt đông cứng rất nhanh nên anh phải phơi chúng gần nơi có nhiệt độ cao.
Aucune peur n'a jamais touché Perrault, et cela a fait de lui un courrier.
Không một nỗi sợ hãi nào có thể chạm tới Perrault, và điều đó đã biến anh thành một người đưa tin.
Il a été choisi pour le danger, et il l'a affronté avec une résolution tranquille.
Anh được chọn để đương đầu với nguy hiểm, và anh đã đón nhận nó bằng sự quyết tâm thầm lặng.
Il s'avança face au vent, son visage ratatiné et gelé.
Ông ta tiến về phía trước trong gió, khuôn mặt nhăn nheo và cóng lạnh.
De l'aube naissante à la tombée de la nuit, Perrault les mena en avant.
Từ lúc rạng đông cho đến lúc đêm xuống, Perrault dẫn họ tiến lên.
Il marchait sur une étroite bordure de glace qui se fissurait à chaque pas.
Anh ta bước đi trên vành băng hẹp, nứt ra sau mỗi bước chân.

Ils n'osaient pas s'arrêter : chaque pause risquait de provoquer un effondrement mortel.
Họ không dám dừng lại - mỗi lần dừng lại đều có nguy cơ ngã gục chết người.
Un jour, le traîneau s'est brisé, entraînant Dave et Buck à l'intérieur.
Có lần chiếc xe trượt tuyết bị rơi xuống, kéo Dave và Buck vào trong.
Au moment où ils ont été libérés, tous deux étaient presque gelés.
Khi họ được kéo ra, cả hai đều gần như bị đông cứng.
Les hommes ont rapidement allumé un feu pour garder Buck et Dave en vie.
Những người đàn ông nhanh chóng nhóm lửa để giữ cho Buck và Dave sống sót.
Les chiens étaient recouverts de glace du nez à la queue, raides comme du bois sculpté.
Những con chó bị phủ đầy băng từ mũi đến đuôi, cứng đờ như gỗ chạm khắc.
Les hommes les faisaient courir en rond près du feu pour décongeler leurs corps.
Những người đàn ông chạy chúng theo vòng tròn gần lửa để rã đông cơ thể.
Ils se sont approchés si près des flammes que leur fourrure a été brûlée.
Họ đến gần ngọn lửa đến nỗi lông của họ bị cháy xém.
Spitz a ensuite brisé la glace, entraînant l'équipe derrière lui.
Spitz tiếp tục phá vỡ lớp băng, kéo theo cả đội phía sau mình.
La cassure s'est étendue jusqu'à l'endroit où Buck tirait.
Lực phanh kéo dài tới tận chỗ Buck đang kéo.
Buck se pencha en arrière, ses pattes glissant et tremblant sur le bord.
Buck ngả người mạnh về phía sau, bàn chân trượt đi và run rẩy ở mép.
Dave a également tendu vers l'arrière, juste derrière Buck sur la ligne.

Dave cũng căng người về phía sau, ngay sau Buck trên vạch đích.

François tirait sur le traîneau, ses muscles craquant sous l'effort.

François kéo xe trượt tuyết, cơ bắp của anh kêu răng rắc vì gắng sức.

Une autre fois, la glace du bord s'est fissurée devant et derrière le traîneau.

Một lần khác, vành băng nứt ra trước và sau xe trượt tuyết.

Ils n'avaient d'autre issue que d'escalader une paroi rocheuse gelée.

Họ không còn cách nào khác ngoài việc trèo lên vách đá đóng băng.

Perrault a réussi à escalader le mur, mais un miracle l'a maintenu en vie.

Bằng cách nào đó Perrault đã trèo được lên tường; một phép màu đã giúp anh sống sót.

François resta en bas, priant pour avoir le même genre de chance.

François ở lại bên dưới, cầu nguyện để có được may mắn tương tự.

Ils ont attaché chaque sangle, chaque amarrage et chaque traçage en une seule longue corde.

Họ buộc tất cả dây đai, dây buộc và dây thừng thành một sợi dây dài.

Les hommes ont hissé chaque chien, un par un, jusqu'au sommet.

Những người đàn ông kéo từng con chó lên đỉnh, từng con một.

François est monté en dernier, après le traîneau et toute la charge.

François là người leo cuối cùng, sau chiếc xe trượt tuyết và toàn bộ hàng hóa.

Commença alors une longue recherche d'un chemin pour descendre des falaises.

Sau đó bắt đầu cuộc tìm kiếm đường đi xuống từ vách đá.

Ils sont finalement descendus en utilisant la même corde qu'ils avaient fabriquée.
Cuối cùng họ đi xuống bằng chính sợi dây họ đã làm.
La nuit tombait alors qu'ils retournaient au lit de la rivière, épuisés et endoloris.
Đêm xuống khi họ trở lại lòng sông, kiệt sức và đau nhức.
La journée entière ne leur avait permis de gagner qu'un quart de mile.
Họ phải mất cả một ngày để đi được chỉ một phần tư dặm.
Au moment où ils atteignirent le Hootalinqua, Buck était épuisé.
Khi họ đến Hootalinqua, Buck đã kiệt sức.
Les autres chiens ont tout autant souffert des conditions du sentier.
Những con chó khác cũng bị ảnh hưởng nghiêm trọng vì điều kiện đường mòn.
Mais Perrault avait besoin de récupérer du temps et les poussait chaque jour.
Nhưng Perrault cần phải dành thời gian và thúc đẩy họ làm việc mỗi ngày.
Le premier jour, ils ont parcouru trente miles jusqu'à Big Salmon.
Ngày đầu tiên họ đi ba mươi dặm đến Big Salmon.
Le lendemain, ils parcoururent trente-cinq milles jusqu'à Little Salmon.
Ngày hôm sau họ đi ba mươi lăm dặm đến Little Salmon.
Le troisième jour, ils ont parcouru quarante longs kilomètres gelés.
Vào ngày thứ ba, họ đã đi qua bốn mươi dặm đường dài đóng băng.
À ce moment-là, ils approchaient de la colonie de Five Fingers.
Khi đó, họ đã gần đến khu định cư Five Fingers.

Les pieds de Buck étaient plus doux que les pieds durs des huskies indigènes.

Bàn chân của Buck mềm mại hơn bàn chân cứng của loài chó husky bản địa.

Ses pattes étaient devenues plus fragiles au fil des générations civilisées.

Bàn chân của ông đã trở nên mềm mại hơn qua nhiều thế hệ văn minh.

Il y a longtemps, ses ancêtres avaient été apprivoisés par des hommes de la rivière ou des chasseurs.

Ngày xưa, tổ tiên của ông đã được thuần hóa bởi những người dân ven sông hoặc thợ săn.

Chaque jour, Buck boitait de douleur, marchant sur des pattes à vif et douloureuses.

Ngày nào Buck cũng khập khiễng vì đau đớn, bước đi trên đôi bàn chân đau nhức, thô ráp.

Au camp, Buck tomba comme une forme sans vie sur la neige.

Tại trại, Buck ngã xuống như một xác chết trên tuyết.

Bien qu'affamé, Buck ne s'est pas levé pour manger son repas du soir.

Mặc dù rất đói, Buck vẫn không đứng dậy để ăn bữa tối.

François apporta sa ration à Buck, en déposant du poisson près de son museau.

François mang khẩu phần ăn của mình đến cho Buck, đặt con cá cạnh mõm nó.

Chaque nuit, le chauffeur frottait les pieds de Buck pendant une demi-heure.

Mỗi đêm, người lái xe xoa bóp chân cho Buck trong nửa giờ.

François a même découpé ses propres mocassins pour en faire des chaussures pour chiens.

François thậm chí còn tự cắt giày moccasin của mình để làm giày cho chó.

Quatre chaussures chaudes ont apporté à Buck un grand et bienvenu soulagement.

Bốn chiếc giày ấm áp mang lại cho Buck cảm giác thoải mái và dễ chịu.

Un matin, François oublia ses chaussures et Buck refusa de se lever.

Một buổi sáng, François quên mang giày và Buck từ chối đứng dậy.
Buck était allongé sur le dos, les pieds en l'air, les agitant pitoyablement.
Buck nằm ngửa, hai chân giơ lên cao, vẫy vẫy một cách đáng thương.
Même Perrault sourit à la vue de l'appel dramatique de Buck.
Ngay cả Perrault cũng cười toe toét khi chứng kiến lời cầu xin đầy kịch tính của Buck.
Bientôt, les pieds de Buck devinrent durs et les chaussures purent être jetées.
Chẳng bao lâu sau, chân Buck trở nên cứng lại và đôi giày có thể bỏ đi.
À Pelly, pendant le temps du harnais, Dolly laissait échapper un hurlement épouvantable.
Ở Pelly, trong thời gian kéo dây cương, Dolly hú lên một tiếng kinh hoàng.
Le cri était long et rempli de folie, secouant chaque chien.
Tiếng kêu kéo dài và đầy sự điên cuồng, khiến cả con chó cũng phải run sợ.
Chaque chien se hérissait de peur sans en connaître la raison.
Mỗi con chó đều dựng đứng lên vì sợ hãi mà không biết lý do.
Dolly était devenue folle et s'était jetée directement sur Buck.
Dolly đã phát điên và lao thẳng vào Buck.
Buck n'avait jamais vu la folie, mais l'horreur remplissait son cœur.
Buck chưa bao giờ chứng kiến cảnh điên loạn, nhưng nỗi kinh hoàng tràn ngập trái tim anh.
Sans réfléchir, il se retourna et s'enfuit, complètement paniqué.
Không chút suy nghĩ, anh ta quay người và bỏ chạy trong sự hoảng loạn tột độ.
Dolly le poursuivit, les yeux fous, la salive s'échappant de ses mâchoires.

Dolly đuổi theo anh ta, mắt trợn trừng, nước bọt chảy ra từ hàm.

Elle est restée juste derrière Buck, sans jamais gagner ni reculer.

Cô luôn bám sát Buck, không bao giờ tiến lên và cũng không bao giờ tụt lại phía sau.

Buck courut à travers les bois, le long de l'île, sur de la glace déchiquetée.

Buck chạy qua rừng, xuống đảo, băng qua lớp băng gồ ghề.

Il traversa vers une île, puis une autre, revenant vers la rivière.

Anh ta băng qua một hòn đảo, rồi một hòn đảo khác, rồi vòng trở lại bờ sông.

Dolly le poursuivait toujours, son grognement le suivant de près à chaque pas.

Dolly vẫn đuổi theo anh ta, tiếng gầm gừ của cô ta vang lên sát sau mỗi bước đi.

Buck pouvait entendre son souffle et sa rage, même s'il n'osait pas regarder en arrière.

Buck có thể nghe thấy hơi thở và cơn thịnh nộ của cô, mặc dù anh không dám quay lại nhìn.

François cria de loin, et Buck se tourna vers la voix.

François hét lên từ xa, và Buck quay về phía phát ra giọng nói.

Encore à bout de souffle, Buck courut, plaçant tout espoir en François.

Vẫn thở hổn hển, Buck chạy qua, đặt mọi hy vọng vào François.

Le conducteur du chien leva une hache et attendit que Buck passe à toute vitesse.

Người đánh xe chó giơ rìu lên và đợi Buck bay qua.

La hache s'abattit rapidement et frappa la tête de Dolly avec une force mortelle.

Chiếc rìu lao xuống nhanh chóng và đập vào đầu Dolly với lực mạnh chết người.

Buck s'est effondré près du traîneau, essoufflé et incapable de bouger.

Buck ngã gục gần chiếc xe trượt tuyết, thở khò khè và không thể di chuyển.

Ce moment a donné à Spitz l'occasion de frapper un ennemi épuisé.

Khoảnh khắc đó đã mang đến cho Spitz cơ hội tấn công một đối thủ đã kiệt sức.

Il a mordu Buck à deux reprises, déchirant la chair jusqu'à l'os blanc.

Anh ta cắn Buck hai lần, xé thịt Buck ra chỉ còn lại xương trắng.

Le fouet de François claqua, frappant Spitz avec toute sa force et sa fureur.

Roi của François quất mạnh vào Spitz với sức mạnh dữ dội.

Buck regarda avec joie Spitz recevoir sa raclée la plus dure jusqu'à présent.

Buck vui mừng khi chứng kiến Spitz bị đánh đòn một cách dã man nhất từ trước đến nay.

« C'est un diable, ce Spitz », murmura sombrement Perrault pour lui-même.

"Hắn là một con quỷ, tên Spitz đó," Perrault lẩm bẩm một mình.

« Un jour prochain, ce maudit chien tuera Buck, je le jure. »

"Một ngày nào đó không xa, con chó đáng nguyền rủa đó sẽ giết Buck—tôi thề đấy."

« Ce Buck a deux démons en lui », répondit François en hochant la tête.

"Con Buck đó có hai con quỷ trong người," François đáp lại bằng một cái gật đầu.

« Quand je regarde Buck, je sais que quelque chose de féroce l'attend. »

"Khi tôi quan sát Buck, tôi biết có điều gì đó dữ dội đang chờ đợi bên trong cậu ấy."

« Un jour, il deviendra fou comme le feu et mettra Spitz en pièces. »

"Một ngày nào đó, hắn sẽ nổi giận và xé xác Spitz ra từng mảnh."

« Il va mâcher ce chien et le recracher sur la neige gelée. »

"Anh ta sẽ nhai con chó đó và nhổ nó lên tuyết đóng băng."
« Bien sûr que non, je le sais au plus profond de moi. »
"Chắc chắn rồi, tôi biết điều này sâu trong xương tủy mình."
À partir de ce moment-là, les deux chiens étaient engagés dans une guerre.
Từ thời điểm đó trở đi, hai chú chó đã lao vào cuộc chiến.
Spitz a dirigé l'équipe et a conservé le pouvoir, mais Buck a contesté cela.
Spitz dẫn dắt đội và nắm giữ quyền lực, nhưng Buck đã thách thức điều đó.
Spitz a vu son rang menacé par cet étrange étranger du Sud.
Spitz thấy cấp bậc của mình bị đe dọa bởi người lạ kỳ lạ đến từ miền Nam này.
Buck ne ressemblait à aucun autre chien du sud que Spitz avait connu auparavant.
Buck không giống bất kỳ chú chó miền Nam nào mà Spitz từng biết trước đây.
La plupart d'entre eux ont échoué, trop faibles pour survivre au froid et à la faim.
Hầu hết bọn họ đều thất bại - quá yếu để sống qua cái lạnh và cơn đói.
Ils sont morts rapidement à cause du travail, du gel et de la lenteur de la famine.
Họ chết nhanh vì lao động, vì giá lạnh và vì nạn đói.
Buck se démarquait : plus fort, plus intelligent et plus sauvage chaque jour.
Buck nổi bật hơn—mạnh mẽ hơn, thông minh hơn và hung dữ hơn mỗi ngày.
Il a prospéré dans les difficultés, grandissant jusqu'à égaler les huskies du Nord.
Cậu bé đã vượt qua khó khăn, trưởng thành để sánh ngang với những chú chó husky phương Bắc.
Buck avait de la force, une habileté sauvage et un instinct patient et mortel.
Buck có sức mạnh, kỹ năng tuyệt vời và bản năng kiên nhẫn, chết người.

L'homme avec la massue avait fait perdre à Buck toute témérité.
Người đàn ông cầm dùi cui đã đánh cho Buck một trận tơi tả.
La fureur aveugle avait disparu, remplacée par une ruse silencieuse et un contrôle.
Cơn thịnh nộ mù quáng đã biến mất, thay vào đó là sự khôn ngoan và kiểm soát thầm lặng.
Il attendait, calme et primitif, guettant le bon moment.
Anh ấy chờ đợi, bình tĩnh và nguyên thủy, chờ đợi thời điểm thích hợp.
Leur lutte pour le commandement est devenue inévitable et claire.
Cuộc chiến giành quyền chỉ huy của họ trở nên rõ ràng và không thể tránh khỏi.
Buck désirait être un leader parce que son esprit l'exigeait.
Buck mong muốn được lãnh đạo vì tinh thần của ông đòi hỏi điều đó.
Il était poussé par l'étrange fierté née du sentier et du harnais.
Ông bị thúc đẩy bởi niềm kiêu hãnh kỳ lạ sinh ra từ con đường mòn và dây cương.
Cette fierté a poussé les chiens à tirer jusqu'à ce qu'ils s'effondrent sur la neige.
Lòng kiêu hãnh đó khiến những chú chó kéo xe cho đến khi chúng ngã gục trên tuyết.
L'orgueil les a poussés à donner toute la force qu'ils avaient.
Lòng kiêu hãnh đã dụ dỗ họ cống hiến hết sức lực mà họ có.
L'orgueil peut attirer un chien de traîneau jusqu'à la mort.
Lòng kiêu hãnh có thể dẫn dụ một con chó kéo xe đến cái chết.
La perte du harnais a laissé les chiens brisés et sans but.
Việc mất dây nịt khiến những chú chó trở nên buồn chán và không có mục đích sống.
Le cœur d'un chien de traîneau peut être brisé par la honte lorsqu'il prend sa retraite.
Trái tim của một chú chó kéo xe có thể tan vỡ vì xấu hổ khi chúng nghỉ hưu.

Dave vivait avec cette fierté alors qu'il tirait le traîneau par derrière.

Dave sống với lòng tự hào đó khi anh kéo chiếc xe trượt tuyết từ phía sau.

Solleks, lui aussi, a tout donné avec une force et une loyauté redoutables.

Solleks cũng đã cống hiến hết mình với sức mạnh và lòng trung thành.

Chaque matin, l'orgueil les faisait passer de l'amertume à la détermination.

Mỗi buổi sáng, lòng kiêu hãnh đã biến họ từ cay đắng thành quyết tâm.

Ils ont poussé toute la journée, puis sont restés silencieux à la fin du camp.

Họ đẩy xe cả ngày, rồi im lặng khi đến cuối trại.

Cette fierté a donné à Spitz la force de battre les tire-au-flanc.

Niềm kiêu hãnh đó đã tiếp thêm sức mạnh cho Spitz để bắt những kẻ trốn tránh phải tuân theo.

Spitz craignait Buck parce que Buck portait cette même fierté profonde.

Spitz sợ Buck vì Buck cũng có lòng kiêu hãnh sâu sắc như vậy.

L'orgueil de Buck s'est alors retourné contre Spitz, et il ne s'est pas arrêté.

Lòng kiêu hãnh của Buck giờ đây trỗi dậy chống lại Spitz, và anh không dừng lại.

Buck a défié le pouvoir de Spitz et l'a empêché de punir les chiens.

Buck bất chấp sức mạnh của Spitz và ngăn cản anh ta trừng phạt những con chó.

Lorsque les autres échouaient, Buck s'interposait entre eux et leur chef.

Khi những người khác thất bại, Buck đứng ra giữa họ và thủ lĩnh của họ.

Il l'a fait intentionnellement, en rendant son défi ouvert et clair.

Ông đã làm điều này một cách có chủ đích, đưa ra lời thách thức một cách công khai và rõ ràng.

Une nuit, une forte neige a recouvert le monde d'un profond silence.

Một đêm nọ, tuyết rơi dày đặc bao phủ cả thế giới trong sự im lặng sâu thẳm.

Le lendemain matin, Pike, paresseux comme toujours, ne se leva pas pour aller travailler.

Sáng hôm sau, Pike vẫn lười biếng như thường lệ, không dậy đi làm.

Il est resté caché dans son nid sous une épaisse couche de neige.

Anh ta ẩn mình trong tổ của mình dưới lớp tuyết dày.

François a appelé et cherché, mais n'a pas pu trouver le chien.

François gọi lớn và tìm kiếm, nhưng không tìm thấy con chó.

Spitz devint furieux et se précipita à travers le camp couvert de neige.

Spitz nổi giận và lao nhanh qua khu trại phủ đầy tuyết.

Il grogna et renifla, creusant frénétiquement avec des yeux flamboyants.

Nó gầm gừ và khịt mũi, đào bới điên cuồng với đôi mắt rực lửa.

Sa rage était si féroce que Pike tremblait sous la neige de peur.

Cơn thịnh nộ của ông dữ dội đến mức Pike run rẩy dưới tuyết vì sợ hãi.

Lorsque Pike fut finalement retrouvé, Spitz se précipita pour punir le chien qui se cachait.

Khi Pike cuối cùng bị tìm thấy, Spitz lao tới để trừng phạt con chó đang ẩn núp.

Mais Buck s'est précipité entre eux avec une fureur égale à celle de Spitz.

Nhưng Buck đã lao vào giữa chúng với cơn thịnh nộ không kém gì Spitz.

L'attaque fut si soudaine et intelligente que Spitz tomba.

Cuộc tấn công diễn ra quá bất ngờ và thông minh đến nỗi Spitz ngã xuống.

Pike, qui tremblait, puisa du courage dans ce défi.

Pike, người đang run rẩy, đã lấy lại can đảm từ sự thách thức này.

Il sauta sur le Spitz tombé, suivant l'exemple audacieux de Buck.

Anh ta nhảy lên con Spitz đã ngã xuống, làm theo tấm gương táo bạo của Buck.

Buck, n'étant plus tenu par l'équité, a rejoint la grève contre Spitz.

Buck, không còn bị ràng buộc bởi sự công bằng, đã tham gia tấn công Spitz.

François, amusé mais ferme dans sa discipline, balançait son lourd fouet.

François, vừa thích thú vừa nghiêm khắc trong kỷ luật, vung roi da nặng nề của mình.

Il frappa Buck de toutes ses forces pour mettre fin au combat.

Anh ta đánh Buck bằng tất cả sức mạnh của mình để chấm dứt cuộc chiến.

Buck a refusé de bouger et est resté au sommet du chef tombé.

Buck từ chối di chuyển và vẫn ở trên người tên thủ lĩnh đã ngã xuống.

François a ensuite utilisé le manche du fouet, frappant Buck durement.

François sau đó dùng cán roi đánh mạnh vào Buck.

Titubant sous le coup, Buck recula sous l'assaut.

Lảo đảo vì cú đánh, Buck ngã trở lại trong đòn tấn công.

François frappait encore et encore tandis que Spitz punissait Pike.

François liên tục tấn công trong khi Spitz trừng phạt Pike.

Les jours passèrent et Dawson City se rapprocha de plus en plus.

Nhiều ngày trôi qua và Dawson City ngày càng đến gần hơn.

Buck n'arrêtait pas d'intervenir, se glissant entre le Spitz et les autres chiens.
Buck liên tục xen vào, chen vào giữa Spitz và những con chó khác.
Il choisissait bien ses moments, attendant toujours que François parte.
Anh ấy đã chọn đúng thời điểm, luôn chờ François rời đi.
La rébellion silencieuse de Buck s'est propagée et le désordre a pris racine dans l'équipe.
Cuộc nổi loạn âm thầm của Buck lan rộng và sự hỗn loạn bắt đầu xảy ra trong đội.
Dave et Solleks sont restés fidèles, mais d'autres sont devenus indisciplinés.
Dave và Solleks vẫn trung thành, nhưng những người khác thì trở nên hung dữ.
L'équipe est devenue de plus en plus agitée, querelleuse et hors de propos.
Đội bóng ngày càng tệ hơn—bồn chồn, hay cãi vã và mất kiểm soát.
Plus rien ne fonctionnait correctement et les bagarres devenaient courantes.
Không còn việc gì diễn ra suôn sẻ nữa và việc đánh nhau trở nên thường xuyên.
Buck est resté au cœur des troubles, provoquant toujours des troubles.
Buck luôn là tâm điểm của mọi rắc rối, luôn gây ra sự bất ổn.
François restait vigilant, effrayé par le combat entre Buck et Spitz.
François vẫn cảnh giác, lo sợ cuộc chiến giữa Buck và Spitz.
Chaque nuit, des bagarres le réveillaient, craignant que le commencement n'arrive enfin.
Mỗi đêm, tiếng ẩu đả lại đánh thức ông, lo sợ rằng ngày tận thế cuối cùng cũng đến.
Il sauta de sa robe, prêt à mettre fin au combat.
Anh ta nhảy ra khỏi áo choàng, sẵn sàng chấm dứt cuộc chiến.
Mais le moment n'arriva jamais et ils atteignirent finalement Dawson.

Nhưng khoảnh khắc đó đã không bao giờ đến và cuối cùng họ cũng đến Dawson.

L'équipe est entrée dans la ville un après-midi sombre, tendu et calme.

Đội tiến vào thị trấn vào một buổi chiều ảm đạm, căng thẳng và im ắng.

La grande bataille pour le leadership était encore en suspens dans l'air glacial.

Cuộc chiến giành quyền lãnh đạo vẫn còn diễn ra trong bầu không khí giá lạnh.

Dawson était rempli d'hommes et de chiens de traîneau, tous occupés à travailler.

Dawson chật kín người và chó kéo xe, tất cả đều bận rộn với công việc.

Buck regardait les chiens tirer des charges du matin au soir.

Buck quan sát đàn chó kéo xe từ sáng đến tối.

Ils transportaient des bûches et du bois de chauffage et acheminaient des fournitures vers les mines.

Họ kéo gỗ và củi, vận chuyển hàng tiếp tế đến các mỏ.

Là où les chevaux travaillaient autrefois dans le Southland, les chiens travaillent désormais.

Nơi mà ngựa từng làm việc ở miền Nam, giờ đây chó đảm nhiệm công việc lao động.

Buck a vu quelques chiens du Sud, mais la plupart étaient des huskies ressemblant à des loups.

Buck nhìn thấy một số con chó từ miền Nam, nhưng phần lớn là chó husky trông giống sói.

La nuit, comme une horloge, les chiens élevaient la voix pour chanter.

Vào ban đêm, đúng như dự kiến, đàn chó cất tiếng hót líu lo.

À neuf heures, à minuit et à nouveau à trois heures, les chants ont commencé.

Vào lúc chín giờ, nửa đêm và ba giờ, tiếng hát bắt đầu vang lên.

Buck aimait se joindre à leur chant étrange, au son sauvage et ancien.

Buck thích tham gia vào bài thánh ca kỳ lạ của họ, với âm thanh hoang dã và cổ xưa.
Les aurores boréales flamboyaient, les étoiles dansaient et la neige recouvrait le pays.
Cực quang rực sáng, các ngôi sao nhảy múa và tuyết phủ kín mặt đất.
Le chant des chiens s'éleva comme un cri contre le silence et le froid glacial.
Tiếng hát của những chú chó vang lên như tiếng kêu chống lại sự im lặng và cái lạnh buốt giá.
Mais leur hurlement contenait de la tristesse, et non du défi, dans chaque longue note.
Nhưng tiếng hú của chúng chứa đựng nỗi buồn chứ không phải sự thách thức trong mỗi nốt nhạc dài.
Chaque cri plaintif était plein de supplications, le fardeau de la vie elle-même.
Mỗi tiếng kêu than đều đầy sự van xin; gánh nặng của chính cuộc sống.
Cette chanson était vieille, plus vieille que les villes et plus vieille que les incendies.
Bài hát đó đã cũ rồi—cũ hơn cả thị trấn, và cũ hơn cả ngọn lửa
Cette chanson était encore plus ancienne que les voix des hommes.
Bài hát đó thậm chí còn cổ xưa hơn cả giọng nói của con người.
C'était une chanson du monde des jeunes, quand toutes les chansons étaient tristes.
Đó là một bài hát của thế giới non trẻ, khi mọi bài hát đều buồn.
La chanson portait la tristesse d'innombrables générations de chiens.
Bài hát mang theo nỗi buồn của vô số thế hệ chó.
Buck ressentait profondément la mélodie, gémissant de douleur enracinée dans les âges.
Buck cảm nhận sâu sắc giai điệu đó, rên rỉ vì nỗi đau đã ăn sâu vào tuổi tác.

Il sanglotait d'un chagrin aussi vieux que le sang sauvage dans ses veines.
Ông nức nở vì nỗi đau buồn sâu sắc như dòng máu hoang dã trong huyết quản của ông.
Le froid, l'obscurité et le mystère ont touché l'âme de Buck.
Cái lạnh, bóng tối và sự bí ẩn đã chạm đến tâm hồn Buck.
Cette chanson prouvait à quel point Buck était revenu à ses origines.
Bài hát đó chứng minh Buck đã quay trở về nguồn cội của mình đến mức nào.
À travers la neige et les hurlements, il avait trouvé le début de sa propre vie.
Qua tuyết rơi và tiếng hú, anh đã tìm thấy sự khởi đầu cho cuộc sống của mình.

Sept jours après leur arrivée à Dawson, ils repartent.
Bảy ngày sau khi đến Dawson, họ lại lên đường một lần nữa.
L'équipe est descendue de la caserne jusqu'au sentier du Yukon.
Đội đổ bộ từ Trại lính xuống Đường mòn Yukon.
Ils ont commencé le voyage de retour vers Dyea et Salt Water.
Họ bắt đầu hành trình quay trở lại Dyea và Salt Water.
Perrault portait des dépêches encore plus urgentes qu'auparavant.
Perrault chuyển những công văn thậm chí còn khẩn cấp hơn trước.
Il était également saisi par la fierté du sentier et avait pour objectif d'établir un record.
Ông cũng bị cuốn hút bởi lòng tự hào về con đường mòn và muốn lập kỷ lục.
Cette fois, plusieurs avantages étaient du côté de Perrault.
Lần này, Perrault có nhiều lợi thế.
Les chiens s'étaient reposés pendant une semaine entière et avaient repris des forces.
Những chú chó đã nghỉ ngơi suốt một tuần và lấy lại sức lực.

Le sentier qu'ils avaient ouvert était maintenant damé par d'autres.
Con đường mà họ đã mở ra giờ đã được những người khác lấp kín.
À certains endroits, la police avait stocké de la nourriture pour les chiens et les hommes.
Ở một số nơi, cảnh sát đã tích trữ thức ăn cho cả chó và người.
Perrault voyageait léger, se déplaçait rapidement et n'avait pas grand-chose pour l'alourdir.
Perrault di chuyển nhẹ nhàng, nhanh chóng mà không cần mang theo nhiều đồ đạc.
Ils ont atteint Sixty-Mile, une course de cinquante milles, dès la première nuit.
Vào đêm đầu tiên, họ đã đến Sixty-Mile, một chặng chạy dài năm mươi dặm.
Le deuxième jour, ils se sont précipités sur le Yukon en direction de Pelly.
Vào ngày thứ hai, họ vội vã đi ngược sông Yukon về phía Pelly.
Mais ces beaux progrès ont été accompagnés de beaucoup de difficultés pour François.
Nhưng sự tiến triển tốt đẹp đó cũng đi kèm với nhiều căng thẳng cho François.
La rébellion silencieuse de Buck avait brisé la discipline de l'équipe.
Sự nổi loạn âm thầm của Buck đã phá vỡ kỷ luật của đội.
Ils ne se rassemblaient plus comme une seule bête dans les rênes.
Họ không còn đoàn kết như một con thú cùng chung dây cương nữa.
Buck avait conduit d'autres personnes à la défiance par son exemple audacieux.
Buck đã dẫn dắt những người khác vào cuộc thách thức bằng tấm gương táo bạo của mình.
L'ordre de Spitz n'a plus été accueilli avec crainte ou respect.
Mệnh lệnh của Spitz không còn được đáp lại bằng sự sợ hãi hay tôn trọng nữa.

Les autres ont perdu leur respect pour lui et ont osé résister à son règne.
Những người khác không còn kính sợ ông nữa và dám chống lại sự cai trị của ông.

Une nuit, Pike a volé la moitié d'un poisson et l'a mangé sous les yeux de Buck.
Một đêm nọ, Pike đã đánh cắp nửa con cá và ăn nó ngay trước mắt Buck.

Une autre nuit, Dub et Joe se sont battus contre Spitz et sont restés impunis.
Một đêm khác, Dub và Joe chiến đấu với Spitz và không bị trừng phạt.

Même Billee gémissait moins doucement et montrait une nouvelle vivacité.
Ngay cả Billee cũng ít than vãn hơn và thể hiện sự sắc sảo mới.

Buck grognait sur Spitz à chaque fois qu'ils se croisaient.
Buck gầm gừ với Spitz mỗi lần họ chạm trán nhau.

L'attitude de Buck devint audacieuse et menaçante, presque comme celle d'un tyran.
Thái độ của Buck trở nên táo bạo và đe dọa, gần giống như một kẻ bắt nạt.

Il marchait devant Spitz avec une démarche assurée, pleine de menace moqueuse.
Anh ta bước tới trước Spitz với dáng vẻ vênh váo, đầy vẻ đe dọa chế giễu.

Cet effondrement de l'ordre s'est également propagé parmi les chiens de traîneau.
Sự sụp đổ của trật tự đó cũng lan rộng đến cả những chú chó kéo xe.

Ils se battaient et se disputaient plus que jamais, remplissant le camp de bruit.
Họ đánh nhau và tranh cãi nhiều hơn bao giờ hết, khiến cho trại trở nên ồn ào.

La vie au camp se transformait chaque nuit en un chaos sauvage et hurlant.
Cuộc sống trong trại trở nên hỗn loạn, gào thét mỗi đêm.

Seuls Dave et Solleks sont restés stables et concentrés.
Chỉ có Dave và Solleks vẫn giữ được sự bình tĩnh và tập trung.

Mais même eux sont devenus colériques à cause des bagarres incessantes.
Nhưng ngay cả họ cũng trở nên nóng tính vì những cuộc ẩu đả liên miên.

François jurait dans des langues étranges et piétinait de frustration.
François chửi thề bằng những ngôn ngữ lạ và giậm chân vì thất vọng.

Il s'arrachait les cheveux et criait tandis que la neige volait sous ses pieds.
Anh ta giật tóc và hét lên trong khi tuyết bay tung tóe dưới chân.

Son fouet claqua sur le groupe, mais parvint à peine à les maintenir en ligne.
Chiếc roi của anh quất mạnh vào bầy đàn nhưng hầu như không giữ được chúng đi đúng hàng.

Chaque fois qu'il tournait le dos, les combats reprenaient.
Mỗi khi anh quay lưng lại, cuộc chiến lại nổ ra lần nữa.

François a utilisé le fouet pour Spitz, tandis que Buck a dirigé les rebelles.
François dùng roi quất Spitz, trong khi Buck chỉ huy quân nổi loạn.

Chacun connaissait le rôle de l'autre, mais Buck évitait tout blâme.
Mỗi người đều biết vai trò của người kia, nhưng Buck lại tránh né mọi lời đổ lỗi.

François n'a jamais surpris Buck en train de provoquer une bagarre ou de se dérober à son travail.
François chưa bao giờ thấy Buck gây gổ hay trốn tránh công việc.

Buck travaillait dur sous le harnais – le travail lui faisait désormais vibrer l'esprit.
Buck làm việc chăm chỉ trong bộ đồ kéo xe—công việc vất vả giờ đây làm tinh thần anh phấn chấn.

Mais il trouvait encore plus de joie à provoquer des bagarres et du chaos dans le camp.
Nhưng ông ta còn tìm thấy niềm vui lớn hơn khi gây ra những cuộc ẩu đả và hỗn loạn trong trại.

Un soir, à l'embouchure du Tahkeena, Dub fit sursauter un lapin.
Một buổi tối nọ, tại cửa sông Tahkeena, Dub đã làm một chú thỏ giật mình.

Il a raté la prise et le lièvre d'Amérique s'est enfui.
Anh ta bắt trượt và con thỏ đi giày tuyết đã chạy mất.

En quelques secondes, toute l'équipe de traîneau s'est lancée à sa poursuite en poussant des cris sauvages.
Chỉ trong vài giây, toàn bộ đội xe trượt tuyết đã đuổi theo với tiếng reo hò phấn khích.

À proximité, un camp de la police du Nord-Ouest abritait une cinquantaine de chiens huskys.
Gần đó, trại cảnh sát Tây Bắc nuôi năm mươi chú chó husky.

Ils se sont joints à la chasse, descendant ensemble la rivière gelée.
Họ cùng nhau tham gia cuộc săn đuổi, lao xuống dòng sông đóng băng.

Le lapin a quitté la rivière et s'est enfui dans le lit d'un ruisseau gelé.
Con thỏ rời khỏi dòng sông và chạy trốn lên lòng suối đóng băng.

Le lapin sautait légèrement sur la neige tandis que les chiens peinaient à se frayer un chemin.
Con thỏ nhảy nhẹ nhàng trên tuyết trong khi những con chó phải vật lộn để vượt qua.

Buck menait l'énorme meute de soixante chiens dans chaque virage sinueux.
Buck dẫn đầu đàn chó khổng lồ gồm sáu mươi con chạy quanh mỗi khúc cua quanh co.

Il avança, bas et impatient, mais ne put gagner du terrain.
Anh ta tiến về phía trước, thấp người và hăm hở, nhưng không thể tiến xa hơn được.

Son corps brillait sous la lune pâle à chaque saut puissant.
Cơ thể anh ta lóe lên dưới ánh trăng nhợt nhạt với mỗi bước nhảy mạnh mẽ.

Devant, le lapin se déplaçait comme un fantôme, silencieux et trop rapide pour être attrapé.
Phía trước, con thỏ di chuyển như một bóng ma, im lặng và quá nhanh để có thể đuổi kịp.

Tous ces vieux instincts – la faim, le frisson – envahirent Buck.
Tất cả những bản năng cũ - cơn đói, sự hồi hộp - ùa về trong Buck.

Les humains ressentent parfois cet instinct et sont poussés à chasser avec une arme à feu et des balles.
Đôi khi con người cảm thấy bản năng này thúc đẩy họ đi săn bằng súng và đạn.

Mais Buck ressentait ce sentiment à un niveau plus profond et plus personnel.
Nhưng Buck cảm thấy cảm giác này ở mức độ sâu sắc và cá nhân hơn.

Ils ne pouvaient pas ressentir la nature sauvage dans leur sang comme Buck pouvait la ressentir.
Họ không thể cảm nhận được sự hoang dã trong dòng máu của mình như Buck cảm nhận được.

Il chassait la viande vivante, prêt à tuer avec ses dents et à goûter le sang.
Anh ta đuổi theo những con mồi sống, sẵn sàng giết chóc bằng răng và nếm máu.

Son corps se tendait de joie, voulant se baigner dans la vie rouge et chaude.
Cơ thể anh căng ra vì vui sướng, muốn tắm mình trong sự sống đỏ ấm áp.

Une joie étrange marque le point le plus élevé que la vie puisse atteindre.
Một niềm vui kỳ lạ đánh dấu đỉnh cao nhất mà cuộc sống có thể đạt tới.

La sensation d'un pic où les vivants oublient même qu'ils sont en vie.

Cảm giác ở đỉnh cao mà người sống quên mất rằng họ đang còn sống.

Cette joie profonde touche l'artiste perdu dans une inspiration fulgurante.

Niềm vui sâu sắc này chạm đến người nghệ sĩ đang đắm chìm trong cảm hứng cháy bỏng.

Cette joie saisit le soldat qui se bat avec acharnement et n'épargne aucun ennemi.

Niềm vui này chiếm lấy người lính chiến đấu dữ dội và không tha cho kẻ thù.

Cette joie s'empara alors de Buck alors qu'il menait la meute dans une faim primitive.

Niềm vui này giờ đây đã chiếm lấy Buck khi nó dẫn đầu bầy đàn trong cơn đói nguyên thủy.

Il hurla avec le cri ancien du loup, ravi par la chasse vivante.

Anh ta hú lên bằng tiếng hú cổ xưa của loài sói, thích thú với cuộc rượt đuổi sống động.

Buck a puisé dans la partie la plus ancienne de lui-même, perdue dans la nature.

Buck đã chạm đến phần già nua nhất của bản thân, lạc lõng giữa chốn hoang dã.

Il a puisé au plus profond de lui-même, au-delà de la mémoire, dans le temps brut et ancien.

Anh ấy đã chạm sâu vào bên trong, vượt qua ký ức, vào thời gian thô sơ, cổ xưa.

Une vague de vie pure a traversé chaque muscle et chaque tendon.

Một làn sóng sức sống tràn ngập khắp mọi cơ bắp và gân cốt.

Chaque saut criait qu'il vivait, qu'il traversait la mort.

Mỗi bước nhảy vọt như hét lên rằng anh ta vẫn sống, rằng anh ta đã vượt qua cái chết.

Son corps s'élevait joyeusement au-dessus d'une terre calme et froide qui ne bougeait jamais.

Cơ thể anh ta vui sướng bay vút lên vùng đất lạnh lẽo, tĩnh lặng và không bao giờ chuyển động.

Spitz est resté froid et rusé, même dans ses moments les plus fous.

Spitz vẫn lạnh lùng và xảo quyệt, ngay cả trong những khoảnh khắc điên rồ nhất.

Il quitta le sentier et traversa un terrain où le ruisseau formait une large courbe.

Anh ta rời khỏi đường mòn và băng qua vùng đất có con suối cong rộng.

Buck, inconscient de cela, resta sur le chemin sinueux du lapin.

Buck, không biết điều này, vẫn đi theo con đường quanh co của chú thỏ.

Puis, alors que Buck tournait un virage, le lapin fantomatique était devant lui.

Sau đó, khi Buck rẽ qua một khúc cua, con thỏ trông giống như bóng ma đã xuất hiện trước mặt anh.

Il vit une deuxième silhouette sauter de la berge devant la proie.

Anh ta nhìn thấy một bóng người thứ hai nhảy ra khỏi bờ phía trước con mồi.

La silhouette était celle d'un Spitz, atterrissant juste sur le chemin du lapin en fuite.

Bóng người đó chính là Spitz, đáp xuống đúng đường đi của con thỏ đang bỏ chạy.

Le lapin ne pouvait pas se retourner et a rencontré les mâchoires de Spitz en plein vol.

Con thỏ không thể quay lại và đâm sầm vào hàm của Spitz giữa không trung.

La colonne vertébrale du lapin se brisa avec un cri aussi aigu que le cri d'un humain mourant.

Xương sống của con thỏ gãy ra với tiếng thét chói tai như tiếng kêu của một người sắp chết.

À ce bruit – la chute de la vie à la mort – la meute hurla fort.

Khi nghe thấy âm thanh đó—tiếng rơi từ sự sống xuống cái chết—cả bầy hú lên dữ dội.

Un chœur sauvage s'éleva derrière Buck, plein de joie sombre.

Một điệp khúc man rợ vang lên phía sau Buck, đầy vẻ thích thú đen tối.

Buck n'a émis aucun cri, aucun son, et a chargé directement Spitz.
Buck không hề kêu la, không một tiếng động, mà lao thẳng vào Spitz.
Il a visé la gorge, mais a touché l'épaule à la place.
Anh ta nhắm vào cổ họng nhưng lại trúng vào vai.
Ils dégringolèrent dans la neige molle, leurs corps bloqués dans le combat.
Họ lăn qua lớp tuyết mềm; cơ thể họ khóa chặt trong chiến đấu.
Spitz se releva rapidement, comme s'il n'avait jamais été renversé.
Spitz bật dậy nhanh chóng, như thể chưa từng bị đánh ngã.
Il a entaillé l'épaule de Buck, puis s'est éloigné du combat.
Anh ta chém vào vai Buck rồi nhảy ra khỏi cuộc chiến.
À deux reprises, ses dents claquèrent comme des pièges en acier, ses lèvres se retroussèrent et devinrent féroces.
Hai lần răng hắn cắn vào nhau như những cái bẫy thép, đôi môi cong lên và dữ tợn.
Il recula lentement, cherchant un sol ferme sous ses pieds.
Anh ta từ từ lùi lại, tìm kiếm nền đất vững chắc dưới chân mình.
Buck a compris le moment instantanément et pleinement.
Buck hiểu ngay lập tức và trọn vẹn khoảnh khắc đó.
Le moment était venu ; le combat allait être un combat à mort.
Thời khắc đó đã đến; cuộc chiến sẽ là cuộc chiến sinh tử.
Les deux chiens tournaient en rond, grognant, les oreilles plates, les yeux plissés.
Hai con chó chạy vòng tròn, gầm gừ, tai cụp xuống, mắt nheo lại.
Chaque chien attendait que l'autre montre une faiblesse ou fasse un faux pas.
Mỗi con chó chờ đợi con kia tỏ ra yếu đuối hoặc phạm sai lầm.
Pour Buck, la scène semblait étrangement connue et profondément ancrée dans ses souvenirs.

Với Buck, cảnh tượng đó có cảm giác quen thuộc đến kỳ lạ và được ghi nhớ sâu sắc.

Les bois blancs, la terre froide, la bataille au clair de lune.

Rừng trắng, đất lạnh, trận chiến dưới ánh trăng.

Un silence pesant emplissait le pays, profond et contre nature.

Một sự im lặng nặng nề bao trùm khắp vùng đất, sâu thẳm và không tự nhiên.

Aucun vent ne soufflait, aucune feuille ne bougeait, aucun bruit ne brisait le silence.

Không có cơn gió nào thổi, không có chiếc lá nào lay động, không có âm thanh nào phá vỡ sự tĩnh lặng.

Le souffle des chiens s'élevait comme de la fumée dans l'air glacial et calme.

Hơi thở của những chú chó bốc lên như khói trong bầu không khí lạnh giá và tĩnh lặng.

Le lapin a été depuis longtemps oublié par la meute de bêtes sauvages.

Loài thỏ đã bị bầy thú hoang lãng quên từ lâu.

Ces loups à moitié apprivoisés se tenaient maintenant immobiles dans un large cercle.

Những con sói đã được thuần hóa một nửa này hiện đang đứng yên thành một vòng tròn rộng.

Ils étaient silencieux, seuls leurs yeux brillants révélaient leur faim.

Họ im lặng, chỉ có đôi mắt sáng rực cho thấy sự đói khát của họ.

Leur souffle s'éleva, regardant le combat final commencer.

Hơi thở của họ dồn dập hơn, dõi theo trận chiến cuối cùng bắt đầu.

Pour Buck, cette bataille était ancienne et attendue, pas du tout étrange.

Với Buck, trận chiến này là chuyện thường tình và đã được dự đoán trước, không hề lạ lẫm chút nào.

C'était comme un souvenir de quelque chose qui devait arriver depuis toujours.

Cảm giác như là ký ức về một điều gì đó luôn luôn xảy ra.

Le Spitz était un chien de combat entraîné, affiné par d'innombrables bagarres sauvages.
Spitz là một chú chó chiến đấu được huấn luyện, được tôi luyện qua vô số cuộc ẩu đả dữ dội.

Du Spitzberg au Canada, il a vaincu de nombreux ennemis.
Từ Spitzbergen đến Canada, ông đã đánh bại được nhiều kẻ thù.

Il était rempli de fureur, mais n'a jamais cédé au contrôle de la rage.
Ông ta đầy giận dữ, nhưng không bao giờ kiểm soát được cơn thịnh nộ.

Sa passion était vive, mais toujours tempérée par un instinct dur.
Niềm đam mê của ông rất mãnh liệt, nhưng luôn được kiềm chế bởi bản năng cứng rắn.

Il n'a jamais attaqué jusqu'à ce que sa propre défense soit en place.
Ông không bao giờ tấn công cho đến khi có được sự phòng thủ cần thiết.

Buck a essayé encore et encore d'atteindre le cou vulnérable de Spitz.
Buck liên tục cố gắng chạm tới vùng cổ yếu ớt của Spitz.

Mais chaque coup était accueilli par un coup des dents acérées de Spitz.
Nhưng mỗi đòn tấn công đều bị đáp trả bằng hàm răng sắc nhọn của Spitz.

Leurs crocs se sont heurtés et les deux chiens ont saigné de leurs lèvres déchirées.
Răng nanh của chúng va vào nhau và cả hai con chó đều chảy máu từ đôi môi bị rách.

Peu importe comment Buck s'est lancé, il n'a pas pu briser la défense.
Bất kể Buck có lao tới thế nào, anh cũng không thể phá vỡ được hàng phòng ngự.

Il devint de plus en plus furieux, se précipitant avec des explosions de puissance sauvages.

Anh ta càng trở nên giận dữ hơn, lao vào với những cú bùng nổ sức mạnh dữ dội.

À maintes reprises, Buck frappait la gorge blanche du Spitz.
Buck liên tục tấn công vào cái cổ họng trắng của Spitz.

À chaque fois, Spitz esquivait et riposta avec une morsure tranchante.
Mỗi lần Spitz đều né tránh và phản công bằng một cú cắn mạnh.

Buck changea alors de tactique, se précipitant à nouveau comme pour atteindre la gorge.
Sau đó Buck thay đổi chiến thuật, lao tới như thể muốn nhắm vào cổ họng hắn lần nữa.

Mais il s'est retiré au milieu de l'attaque, se tournant pour frapper sur le côté.
Nhưng anh ta đã rút lui giữa chừng và chuyển sang tấn công từ bên hông.

Il a lancé son épaule sur Spitz, dans le but de le faire tomber.
Anh ta đập vai vào Spitz với mục đích đánh ngã anh ta.

À chaque fois qu'il essayait, Spitz esquivait et ripostait avec une frappe.
Mỗi lần Spitz cố gắng, anh ta đều né tránh và phản công bằng một cú chém.

L'épaule de Buck était à vif alors que Spitz s'écartait après chaque coup.
Vai của Buck đau nhức khi Spitz nhảy tránh sau mỗi đòn đánh.

Spitz n'avait pas été touché, tandis que Buck saignait de nombreuses blessures.
Spitz không hề bị ảnh hưởng, trong khi Buck thì chảy máu từ nhiều vết thương.

La respiration de Buck était rapide et lourde, son corps était couvert de sang.
Hơi thở của Buck trở nên gấp gáp và nặng nề, cơ thể anh trơn bóng vì máu.

Le combat devenait plus brutal à chaque morsure et à chaque charge.
Cuộc chiến trở nên tàn khốc hơn sau mỗi lần cắn và tấn công.

Autour d'eux, soixante chiens silencieux attendaient le premier à tomber.
Xung quanh họ, sáu mươi con chó im lặng chờ đợi con đầu tiên ngã xuống.

Si un chien tombait, la meute allait mettre fin au combat.
Nếu một con chó gục ngã, cả bầy sẽ kết thúc cuộc chiến.

Spitz vit Buck faiblir et commença à attaquer.
Spitz thấy Buck yếu đi nên bắt đầu tấn công.

Il a maintenu Buck en déséquilibre, le forçant à lutter pour garder pied.
Anh ta làm Buck mất thăng bằng, buộc Buck phải chiến đấu để giữ thăng bằng.

Un jour, Buck trébucha et tomba, et tous les chiens se relevèrent.
Có lần Buck vấp ngã và tất cả đàn chó đều đứng dậy.

Mais Buck s'est redressé au milieu de sa chute, et tout le monde s'est affalé.
Nhưng Buck đã tự đứng dậy giữa chừng khi ngã, và mọi người lại ngã xuống.

Buck avait quelque chose de rare : une imagination née d'un instinct profond.
Buck có một điều hiếm có - trí tưởng tượng nảy sinh từ bản năng sâu xa.

Il combattait par instinct naturel, mais aussi par ruse.
Ông chiến đấu bằng bản năng tự nhiên, nhưng cũng bằng sự khôn ngoan.

Il chargea à nouveau comme s'il répétait son tour d'attaque à l'épaule.
Anh ta lại lao tới như thể đang lặp lại chiêu tấn công bằng vai của mình.

Mais à la dernière seconde, il s'est laissé tomber et a balayé Spitz.
Nhưng vào giây cuối cùng, anh ta lao xuống thấp và lướt qua Spitz.

Ses dents se sont bloquées sur la patte avant gauche de Spitz avec un claquement.
Răng của anh ta cắn phập vào chân trước bên trái của Spitz.

Spitz était maintenant instable, son poids reposant sur seulement trois pattes.
Spitz lúc này đứng không vững, toàn bộ trọng lượng cơ thể chỉ dồn lên ba chân.

Buck frappa à nouveau, essaya trois fois de le faire tomber.
Buck lại tấn công, cố gắng ba lần để hạ gục hắn.

À la quatrième tentative, il a utilisé le même mouvement avec succès.
Ở lần thứ thứ tư, anh ấy đã sử dụng động tác tương tự và thành công

Cette fois, Buck a réussi à mordre la jambe droite du Spitz.
Lần này Buck đã cắn trúng chân phải của Spitz.

Spitz, bien que paralysé et souffrant, continuait à lutter pour survivre.
Spitz, mặc dù bị tàn tật và đau đớn, vẫn tiếp tục đấu tranh để sinh tồn.

Il vit le cercle de huskies se resserrer, la langue tirée, les yeux brillants.
Anh thấy vòng tròn chó husky siết chặt lại, lưỡi thè ra, mắt sáng lên.

Ils attendaient de le dévorer, comme ils l'avaient fait pour les autres.
Họ chờ đợi để nuốt chửng anh ta, giống như họ đã làm với những người khác.

Cette fois, il se tenait au centre, vaincu et condamné.
Lần này, anh ta đứng ở trung tâm; thất bại và tuyệt vọng.

Le chien blanc n'avait désormais plus aucune possibilité de s'échapper.
Lúc này, con chó trắng không còn cách nào thoát được nữa.

Buck n'a montré aucune pitié, car la pitié n'avait pas sa place dans la nature.
Buck không hề tỏ ra thương xót, vì thương xót không phải là hành động phù hợp trong thế giới hoang dã.

Buck se déplaçait prudemment, se préparant à la charge finale.
Buck di chuyển cẩn thận, chuẩn bị cho đòn tấn công cuối cùng.

Le cercle des huskies se referma ; il sentit leur souffle chaud.
Vòng tròn chó husky khép lại; anh cảm nhận được hơi thở ấm áp của chúng.
Ils s'accroupirent, prêts à bondir lorsque le moment viendrait.
Họ khom người xuống, chuẩn bị sẵn sàng nhảy lên khi thời cơ đến.
Spitz tremblait dans la neige, grognant et changeant de position.
Spitz run rẩy trong tuyết, gầm gừ và thay đổi tư thế.
Ses yeux brillaient, ses lèvres se courbaient, ses dents brillaient dans une menace désespérée.
Đôi mắt anh ta trừng trừng, môi cong lên, hàm răng nhe ra đầy đe dọa.
Il tituba, essayant toujours de résister à la morsure froide de la mort.
Anh ta loạng choạng, vẫn cố gắng chống lại cái lạnh buốt giá của tử thần.
Il avait déjà vu cela auparavant, mais toujours du côté des gagnants.
Anh đã từng chứng kiến cảnh này trước đây, nhưng luôn là ở phía chiến thắng.
Il était désormais du côté des perdants, des vaincus, de la proie, de la mort.
Bây giờ anh ta ở bên thua cuộc; kẻ bị đánh bại; con mồi; cái chết.
Buck tourna en rond pour porter le coup final, le cercle de chiens se rapprochant.
Buck vòng lại để ra đòn kết liễu, đàn chó càng lúc càng tiến gần hơn.
Il pouvait sentir leur souffle chaud, prêt à tuer.
Anh có thể cảm nhận được hơi thở nóng hổi của chúng; sẵn sàng giết chóc.
Un silence s'installa ; tout était à sa place ; le temps s'était arrêté.
Sự tĩnh lặng bao trùm; mọi thứ trở về đúng vị trí của nó; thời gian đã ngừng trôi.

Même l'air froid entre eux se figea un dernier instant.
Ngay cả không khí lạnh lẽo giữa họ cũng đóng băng trong khoảnh khắc cuối cùng.
Seul Spitz bougea, essayant de retenir sa fin amère.
Chỉ có Spitz di chuyển, cố gắng kìm nén cái kết đau đớn của mình.
Le cercle des chiens se refermait autour de lui, comme l'était son destin.
Vòng tròn chó đang khép lại xung quanh anh, cũng giống như số phận của anh vậy.
Il était désespéré maintenant, sachant ce qui allait se passer.
Lúc này anh ấy tuyệt vọng khi biết chuyện gì sắp xảy ra.
Buck bondit, épaule contre épaule une dernière fois.
Buck lao vào, vai chạm vai lần cuối.
Les chiens se sont précipités en avant, couvrant Spitz dans l'obscurité neigeuse.
Đàn chó lao về phía trước, phủ kín Spitz trong bóng tối phủ đầy tuyết.
Buck regardait, debout, le vainqueur dans un monde sauvage.
Buck đứng đó quan sát; người chiến thắng trong thế giới hoang dã.
La bête primordiale dominante avait fait sa proie, et c'était bien.
Con thú nguyên thủy thống trị đã giết chết con mồi và điều đó thật tuyệt.

Celui qui a gagné la maîtrise
Người đã đạt đến bậc thầy

« Hein ? Qu'est-ce que j'ai dit ? Je dis vrai quand je dis que Buck est un démon. »
"Hả? Tôi đã nói gì cơ? Tôi nói đúng khi nói Buck là một con quỷ."

François a dit cela le lendemain matin après avoir constaté la disparition de Spitz.
François đã nói như vậy vào sáng hôm sau sau khi phát hiện Spitz mất tích.

Buck se tenait là, couvert de blessures dues au combat acharné.
Buck đứng đó, mình đầy vết thương từ cuộc chiến dữ dội.

François tira Buck près du feu et lui montra les blessures.
François kéo Buck lại gần đống lửa và chỉ vào vết thương.

« Ce Spitz s'est battu comme le Devik », dit Perrault en observant les profondes entailles.
"Con Spitz đó chiến đấu giống như con Devik vậy," Perrault nói, mắt nhìn vào những vết rạch sâu.

« Et ce Buck s'est battu comme deux diables », répondit aussitôt François.
"Và Buck đã chiến đấu như hai con quỷ," François trả lời ngay.

« Maintenant, nous allons faire du bon temps ; plus de Spitz, plus de problèmes. »
"Bây giờ chúng ta sẽ đi đúng hướng; không còn Spitz nữa, không còn rắc rối nữa."

Perrault préparait le matériel et chargeait le traîneau avec soin.
Perrault đang đóng gói đồ đạc và chất lên xe trượt tuyết một cách cẩn thận.

François a attelé les chiens en prévision de la course du jour.
François chuẩn bị dây cương cho đàn chó để chạy trong ngày.

Buck a trotté directement vers la position de tête autrefois détenue par Spitz.
Buck chạy thẳng đến vị trí dẫn đầu mà Spitz từng nắm giữ.

Mais François, sans s'en apercevoir, conduisit Solleks vers l'avant.

Nhưng François không để ý đến điều đó mà dẫn Solleks tiến lên phía trước.

Aux yeux de François, Solleks était désormais le meilleur chien de tête.

Theo đánh giá của François, Solleks hiện là người dẫn đầu tốt nhất.

Buck se jeta sur Solleks avec fureur et le repoussa en signe de protestation.

Buck tức giận lao vào Solleks và đẩy anh ta lùi lại để phản đối.

Il se tenait là où Spitz s'était autrefois tenu, revendiquant la position de leader.

Anh ta đứng ở vị trí mà Spitz từng đứng, khẳng định vị trí dẫn đầu.

« Hein ? Hein ? » s'écria François en se frappant les cuisses d'un air amusé.

"Hả? Hả?" François kêu lên, vỗ đùi vì thích thú.

« Regardez Buck, il a tué Spitz, et maintenant il veut prendre le poste ! »

"Nhìn Buck kìa—nó đã giết Spitz, giờ nó lại muốn cướp công việc đó!"

« Va-t'en, Chook ! » cria-t-il, essayant de chasser Buck.

"Đi đi, Chook!" anh hét lên, cố gắng đuổi Buck đi.

Mais Buck refusa de bouger et resta ferme dans la neige.

Nhưng Buck từ chối di chuyển và đứng yên trên tuyết.

François attrapa Buck par la peau du cou et le tira sur le côté.

François túm lấy gáy Buck và kéo nó sang một bên.

Buck grogna bas et menaçant mais n'attaqua pas.

Buck gầm gừ một cách đe dọa nhưng không tấn công.

François a remis Solleks en tête, tentant de régler le différend

François đưa Solleks trở lại vị trí dẫn đầu, cố gắng giải quyết tranh chấp

Le vieux chien avait peur de Buck et ne voulait pas rester.

Con chó già tỏ ra sợ Buck và không muốn ở lại.

Quand François lui tourna le dos, Buck chassa à nouveau Solleks.
Khi François quay lưng lại, Buck lại đuổi Solleks ra ngoài.
Solleks n'a pas résisté et s'est discrètement écarté une fois de plus.
Solleks không chống cự mà lặng lẽ bước sang một bên lần nữa.
François s'est mis en colère et a crié : « Par Dieu, je te répare ! »
François nổi giận và hét lên, "Lạy Chúa, ta sẽ xử lý ngươi!"
Il s'approcha de Buck en tenant une lourde massue à la main.
Anh ta tiến về phía Buck, trên tay cầm một cây gậy nặng.
Buck se souvenait bien de l'homme au pull rouge.
Buck nhớ rất rõ người đàn ông mặc áo len đỏ.
Il recula lentement, observant François, mais grognant profondément.
Anh ta từ từ lùi lại, nhìn François nhưng vẫn gầm gừ dữ dội.
Il ne s'est pas précipité en arrière, même lorsque Solleks s'est levé à sa place.
Anh ta không hề vội vã quay lại, ngay cả khi Solleks đứng vào vị trí của anh ta.
Buck tourna en rond juste hors de portée, grognant de fureur et de protestation.
Buck bay vòng ra ngoài tầm với, gầm gừ vì giận dữ và phản đối.
Il gardait les yeux fixés sur le club, prêt à esquiver si François lançait.
Anh ta luôn nhìn về phía cây gậy, sẵn sàng né tránh nếu François ném bóng.
Il était devenu sage et prudent quant aux manières des hommes armés.
Anh đã trở nên khôn ngoan và cảnh giác hơn với cách cư xử của những người đàn ông có vũ khí.
François abandonna et rappela Buck à son ancienne place.
François bỏ cuộc và gọi Buck trở lại chỗ cũ.
Mais Buck recula prudemment, refusant d'obéir à l'ordre.

Nhưng Buck thận trọng lùi lại, từ chối tuân theo lệnh.

François le suivit, mais Buck ne recula que de quelques pas supplémentaires.

François đi theo, nhưng Buck chỉ lùi lại thêm vài bước.

Après un certain temps, François jeta l'arme par frustration.

Một lúc sau, François ném vũ khí xuống vì tức giận.

Il pensait que Buck craignait d'être battu et qu'il allait venir tranquillement.

Anh ta nghĩ Buck sợ bị đánh và sẽ lặng lẽ đi tới.

Mais Buck n'évitait pas la punition : il se battait pour son rang.

Nhưng Buck không tránh khỏi hình phạt mà anh đang chiến đấu vì thứ hạng.

Il avait gagné la place de chien de tête grâce à un combat à mort.

Anh ấy đã giành được vị trí dẫn đầu thông qua một cuộc chiến đấu đến chết

il n'allait pas se contenter de moins que d'être le leader.

ông ấy sẽ không chấp nhận bất cứ điều gì thấp hơn vị trí lãnh đạo.

Perrault a participé à la poursuite pour aider à attraper le Buck rebelle.

Perrault đã tham gia vào cuộc rượt đuổi để giúp bắt chú Buck nổi loạn.

Ensemble, ils l'ont fait courir dans le camp pendant près d'une heure.

Họ cùng nhau chạy đưa anh ta đi vòng quanh trại trong gần một giờ.

Ils lui lancèrent des coups de massue, mais Buck les esquiva habilement.

Họ ném gậy vào anh, nhưng Buck đều né được một cách khéo léo.

Ils l'ont maudit, lui, ses ancêtres, ses descendants et chaque cheveu de sa personne.

Họ nguyền rủa ông, tổ tiên ông, con cháu ông, và từng sợi tóc trên người ông.

Mais Buck se contenta de gronder en retour et resta hors de leur portée.
Nhưng Buck chỉ gầm gừ đáp trả và đứng ngoài tầm với của họ.
Il n'a jamais essayé de s'enfuir mais a délibérément tourné autour du camp.
Anh ta không hề cố chạy trốn mà cố tình đi vòng quanh trại.
Il a clairement fait savoir qu'il obéirait une fois qu'ils lui auraient donné ce qu'il voulait.
Ông ấy nói rõ rằng ông ấy sẽ tuân theo một khi họ cho ông ấy thứ ông ấy muốn.
François s'est finalement assis et s'est gratté la tête avec frustration.
Cuối cùng François ngồi xuống và gãi đầu vì thất vọng.
Perrault consulta sa montre, jura et marmonna à propos du temps perdu.
Perrault kiểm tra đồng hồ, chửi thề và lẩm bẩm về thời gian đã mất.
Une heure s'était déjà écoulée alors qu'ils auraient dû être sur la piste.
Một giờ đã trôi qua khi họ đáng lẽ phải đi theo dấu vết.
François haussa les épaules d'un air penaud en direction du coursier, qui soupira de défaite.
François nhún vai ngượng ngùng với người đưa thư, người này thở dài thất bại.
François se dirigea alors vers Solleks et appela Buck une fois de plus.
Sau đó François bước đến chỗ Solleks và gọi Buck một lần nữa.
Buck rit comme rit un chien, mais garda une distance prudente.
Buck cười như một chú chó cười, nhưng vẫn giữ khoảng cách thận trọng.
François retira le harnais de Solleks et le remit à sa place.
François tháo dây cương của Solleks và đưa nó trở về vị trí cũ.
L'équipe de traîneau était entièrement harnachée, avec seulement une place libre.

Đội xe trượt tuyết đã được trang bị đầy đủ, chỉ còn một chỗ trống.

La position de tête est restée vide, clairement destinée à Buck seul.

Vị trí dẫn đầu vẫn còn trống, rõ ràng là chỉ dành cho một mình Buck.

François appela à nouveau, et à nouveau Buck rit et tint bon.

François gọi lần nữa và Buck lại cười và đứng nguyên tại chỗ.

« Jetez le club », ordonna Perrault sans hésitation.

"Ném cây gậy xuống," Perrault ra lệnh mà không chút do dự.

François obéit et Buck trotta immédiatement en avant, fièrement.

François vâng lời, và Buck ngay lập tức chạy về phía trước một cách kiêu hãnh.

Il rit triomphalement et prit la tête.

Anh ta cười đắc thắng và bước lên vị trí dẫn đầu.

François a sécurisé ses traces et le traîneau a été détaché.

François đã cố định được dây kéo và chiếc xe trượt tuyết đã bị phá vỡ.

Les deux hommes couraient côte à côte tandis que l'équipe s'engageait sur le sentier de la rivière.

Cả hai người đàn ông chạy song song khi cả đội đua vào đường mòn ven sông.

François avait une haute opinion des « deux diables » de Buck,

François đã đánh giá cao "hai con quỷ" của Buck,

mais il s'est vite rendu compte qu'il avait en fait sous-estimé le chien.

nhưng anh ta sớm nhận ra rằng thực ra anh ta đã đánh giá thấp con chó.

Buck a rapidement pris le leadership et a fait preuve d'excellence.

Buck nhanh chóng đảm nhiệm vai trò lãnh đạo và thực hiện nhiệm vụ một cách xuất sắc.

En termes de jugement, de réflexion rapide et d'action, Buck a surpassé Spitz.

Về khả năng phán đoán, tư duy nhanh nhạy và hành động nhanh, Buck đã vượt trội hơn Spitz.

François n'avait jamais vu un chien égal à celui que Buck présentait maintenant.

François chưa bao giờ nhìn thấy một con chó nào có thể sánh được với Buck lúc này.

Mais Buck excellait vraiment dans l'art de faire respecter l'ordre et d'imposer le respect.

Nhưng Buck thực sự xuất sắc trong việc thực thi trật tự và giành được sự tôn trọng.

Dave et Solleks ont accepté le changement sans inquiétude ni protestation.

Dave và Solleks chấp nhận sự thay đổi mà không lo lắng hay phản đối.

Ils se concentraient uniquement sur le travail et tiraient fort sur les rênes.

Họ chỉ tập trung vào công việc và kéo mạnh dây cương.

Peu leur importait de savoir qui menait, tant que le traîneau continuait d'avancer.

Họ không quan tâm ai là người dẫn đầu, miễn là chiếc xe trượt tuyết tiếp tục di chuyển.

Billee, la joyeuse, aurait pu diriger pour autant qu'ils s'en soucient.

Billee, người vui vẻ, có thể dẫn đầu mà không cần quan tâm.

Ce qui comptait pour eux, c'était la paix et l'ordre dans les rangs.

Điều quan trọng với họ là hòa bình và trật tự trong hàng ngũ.

Le reste de l'équipe était devenu indiscipliné pendant le déclin de Spitz.

Phần còn lại của đội trở nên hỗn loạn trong thời gian Spitz suy yếu.

Ils furent choqués lorsque Buck les ramena immédiatement à l'ordre.

Họ đã rất sửng sốt khi Buck ngay lập tức bảo họ phải tuân theo.

Pike avait toujours été paresseux et traînait les pieds derrière Buck.
Pike luôn lười biếng và lê bước theo sau Buck.
Mais maintenant, il a été sévèrement discipliné par la nouvelle direction.
Nhưng giờ đây đã bị kỷ luật nghiêm khắc bởi ban lãnh đạo mới.
Et il a rapidement appris à faire sa part dans l'équipe.
Và anh ấy nhanh chóng học được cách thể hiện vai trò của mình trong đội.
À la fin de la journée, Pike avait travaillé plus dur que jamais.
Đến cuối ngày, Pike làm việc chăm chỉ hơn bao giờ hết.
Cette nuit-là, au camp, Joe, le chien aigri, fut finalement maîtrisé.
Đêm đó trong trại, Joe, chú chó khó tính, cuối cùng đã bị khuất phục.
Spitz n'avait pas réussi à le discipliner, mais Buck n'avait pas échoué.
Spitz đã không thể kỷ luật Buck, nhưng Buck thì không.
Grâce à son poids plus important, Buck a vaincu Joe en quelques secondes.
Với trọng lượng lớn hơn, Buck đã áp đảo Joe chỉ trong vài giây.
Il a mordu et battu Joe jusqu'à ce qu'il gémisse et cesse de résister.
Anh ta cắn và đánh Joe cho đến khi anh rên rỉ và ngừng chống cự.
Toute l'équipe s'est améliorée à partir de ce moment-là.
Toàn đội đã tiến bộ kể từ thời điểm đó.
Les chiens ont retrouvé leur ancienne unité et leur discipline.
Những chú chó đã lấy lại được sự đoàn kết và kỷ luật như trước.
À Rink Rapids, deux nouveaux huskies indigènes, Teek et Koona, nous ont rejoint.

Tại Rink Rapids, hai chú chó husky bản địa mới, Teek và Koona, đã gia nhập.

La rapidité avec laquelle Buck les dressa étonna même François.

Sự huấn luyện nhanh chóng của Buck khiến ngay cả François cũng phải kinh ngạc.

« Il n'y a jamais eu de chien comme ce Buck ! » s'écria-t-il avec stupéfaction.

"Chưa từng có con chó nào như thế này!" Buck kêu lên vì kinh ngạc.

« Non, jamais ! Il vaut mille dollars, bon sang ! »

"Không, không bao giờ! Anh ta đáng giá một ngàn đô la, Chúa ơi!"

« Hein ? Qu'en dis-tu, Perrault ? » demanda-t-il avec fierté.

"Hả? Anh nói sao, Perrault?" anh hỏi với vẻ tự hào.

Perrault hocha la tête en signe d'accord et vérifia ses notes.

Perrault gật đầu đồng ý và kiểm tra lại ghi chú của mình.

Nous sommes déjà en avance sur le calendrier et gagnons chaque jour davantage.

Chúng tôi đã đi trước tiến độ và đang tiến triển nhiều hơn mỗi ngày.

Le sentier était dur et lisse, sans neige fraîche.

Đường mòn cứng và bằng phẳng, không có tuyết mới rơi.

Le froid était constant, oscillant autour de cinquante degrés en dessous de zéro.

Nhiệt độ luôn ở mức âm năm mươi độ.

Les hommes montaient et couraient à tour de rôle pour se réchauffer et gagner du temps.

Những người đàn ông thay phiên nhau cưỡi ngựa và chạy để giữ ấm và tiết kiệm thời gian.

Les chiens couraient vite avec peu d'arrêts, poussant toujours vers l'avant.

Những chú chó chạy nhanh, ít dừng lại và luôn tiến về phía trước.

La rivière Thirty Mile était en grande partie gelée et facile à traverser.

Sông Thirty Mile hầu như đã đóng băng và có thể dễ dàng đi qua.

Ils sont sortis en un jour, ce qui leur avait pris dix jours pour venir.

Họ đã đi ra ngoài chỉ trong một ngày trong khi phải mất mười ngày để đến nơi.

Ils ont parcouru une distance de soixante milles du lac Le Barge jusqu'à White Horse.

Họ chạy nước rút sáu mươi dặm từ Hồ Le Barge đến White Horse.

À travers les lacs Marsh, Tagish et Bennett, ils se déplaçaient incroyablement vite.

Chúng di chuyển cực kỳ nhanh qua các hồ Marsh, Tagish và Bennett.

L'homme qui courait était tiré derrière le traîneau par une corde.

Người đàn ông đang chạy được kéo theo phía sau xe trượt tuyết bằng một sợi dây thừng.

La dernière nuit de la deuxième semaine, ils sont arrivés à destination.

Vào đêm cuối cùng của tuần thứ hai, họ đã đến đích.

Ils avaient atteint ensemble le sommet du col White.

Họ đã cùng nhau lên đến đỉnh đèo White.

Ils sont descendus au niveau de la mer avec les lumières de Skaguay en dessous d'eux.

Họ hạ xuống mực nước biển với ánh đèn của Skaguay ở bên dưới.

Il s'agissait d'une course record à travers des kilomètres de nature froide et sauvage.

Đó là một cuộc chạy kỷ lục qua nhiều dặm đường hoang dã lạnh giá.

Pendant quatorze jours d'affilée, ils ont parcouru en moyenne quarante miles.

Trong mười bốn ngày liên tiếp, trung bình họ đi được bốn mươi dặm.

À Skaguay, Perrault et François transportaient des marchandises à travers la ville.

Ở Skaguay, Perrault và François vận chuyển hàng hóa qua thị trấn.

Ils ont été acclamés et ont reçu de nombreuses boissons de la part d'une foule admirative.

Họ được đám đông ngưỡng mộ cổ vũ và tặng nhiều đồ uống.

Les chasseurs de chiens et les ouvriers se sont rassemblés autour du célèbre attelage de chiens.

Những người bắt chó và công nhân tụ tập quanh đội chó nghiệp vụ nổi tiếng.

Puis les hors-la-loi de l'Ouest arrivèrent en ville et subirent une violente défaite.

Sau đó, những kẻ ngoài vòng pháp luật phương Tây kéo đến thị trấn và phải chịu thất bại thảm hại.

Les gens ont vite oublié l'équipe et se sont concentrés sur un nouveau drame.

Mọi người nhanh chóng quên đội bóng và tập trung vào bộ phim mới.

Puis sont arrivées les nouvelles commandes qui ont tout changé d'un coup.

Sau đó, những mệnh lệnh mới được đưa ra đã thay đổi mọi thứ cùng một lúc.

François appela Buck à lui et le serra dans ses bras avec une fierté larmoyante.

François gọi Buck lại và ôm chặt nó trong niềm tự hào tràn ngập nước mắt.

Ce moment fut la dernière fois que Buck revit François.

Khoảnh khắc đó là lần cuối cùng Buck nhìn thấy François lần nữa.

Comme beaucoup d'hommes avant eux, François et Perrault étaient tous deux partis.

Giống như nhiều người đàn ông khác, cả François và Perrault đều đã ra đi.

Un métis écossais a pris en charge Buck et ses coéquipiers de chiens de traîneau.

Một người lai Scotland đã chăm sóc Buck và những người bạn chó kéo xe trượt tuyết của anh.

Avec une douzaine d'autres équipes de chiens, ils sont retournés par le sentier jusqu'à Dawson.
Cùng với hàng chục đội chó khác, họ quay trở lại theo đường mòn đến Dawson.

Ce n'était plus une course rapide, juste un travail pénible avec une lourde charge chaque jour.
Bây giờ không còn là cuộc chạy nhanh nữa mà chỉ là công việc nặng nhọc với gánh nặng mỗi ngày.

C'était le train postal qui apportait des nouvelles aux chercheurs d'or près du pôle.
Đây là chuyến tàu thư, mang tin tức đến cho những người đi săn vàng gần Cực.

Buck n'aimait pas le travail mais le supportait bien, étant fier de ses efforts.
Buck không thích công việc này nhưng vẫn chịu đựng và tự hào về nỗ lực của mình.

Comme Dave et Solleks, Buck a fait preuve de dévouement dans chaque tâche quotidienne.
Giống như Dave và Solleks, Buck thể hiện sự tận tâm với mọi công việc hàng ngày.

Il s'est assuré que chacun de ses coéquipiers fasse sa part du travail.
Anh ấy đảm bảo rằng mỗi thành viên trong nhóm đều hoàn thành tốt nhiệm vụ của mình.

La vie sur les sentiers est devenue ennuyeuse, répétée avec la précision d'une machine.
Cuộc sống trên đường mòn trở nên buồn tẻ, lặp đi lặp lại với độ chính xác như một cỗ máy.

Chaque jour était le même, un matin se fondant dans le suivant.
Mỗi ngày đều giống nhau, buổi sáng này trôi qua vào buổi sáng tiếp theo.

À la même heure, les cuisiniers se levèrent pour allumer des feux et préparer la nourriture.
Cùng lúc đó, những người đầu bếp cũng dậy để nhóm lửa và chuẩn bị thức ăn.

Après le petit-déjeuner, certains quittèrent le camp tandis que d'autres attelèrent les chiens.
Sau bữa sáng, một số người rời trại trong khi những người khác dắt chó đi dạo.

Ils ont pris la route avant que le faible avertissement de l'aube ne touche le ciel.
Họ lên đường trước khi ánh bình minh ló dạng trên bầu trời.

La nuit, ils s'arrêtaient pour camper, chaque homme ayant une tâche précise.
Vào ban đêm, họ dừng lại để dựng trại, mỗi người có một nhiệm vụ được giao.

Certains ont monté les tentes, d'autres ont coupé du bois de chauffage et ramassé des branches de pin.
Một số người dựng lều, những người khác chặt củi và thu thập cành thông.

De l'eau ou de la glace étaient ramenées aux cuisiniers pour le repas du soir.
Nước hoặc đá được mang về cho đầu bếp để chuẩn bị cho bữa tối.

Les chiens ont été nourris et c'était le meilleur moment de la journée pour eux.
Những chú chó đã được cho ăn và đây là khoảng thời gian tuyệt vời nhất trong ngày đối với chúng.

Après avoir mangé du poisson, les chiens se sont détendus et se sont allongés près du feu.
Sau khi ăn cá, những chú chó thư giãn và nằm dài gần đống lửa.

Il y avait une centaine d'autres chiens dans le convoi avec lesquels se mêler.
Có tới hàng trăm chú chó khác trong đoàn để hòa nhập.

Beaucoup de ces chiens étaient féroces et prompts à se battre sans prévenir.
Nhiều con chó trong số đó rất hung dữ và có thể đánh nhau bất cứ lúc nào mà không báo trước.

Mais après trois victoires, Buck a maîtrisé même les combattants les plus féroces.

Nhưng sau ba chiến thắng, Buck đã chế ngự được cả những võ sĩ hung dữ nhất.

Maintenant, quand Buck grogna et montra ses dents, ils s'écartèrent.

Khi Buck gầm gừ và nhe răng, họ bước sang một bên.

Mais le plus beau dans tout ça, c'est que Buck aimait s'allonger près du feu de camp vacillant.

Có lẽ điều tuyệt vời nhất là Buck thích nằm gần đống lửa trại bập bùng.

Il s'accroupit, les pattes arrière repliées et les pattes avant tendues vers l'avant.

Anh ta khom người, hai chân sau khép lại và hai chân trước duỗi thẳng về phía trước.

Sa tête était levée tandis qu'il cligna doucement des yeux devant les flammes rougeoyantes.

Anh ta ngẩng đầu lên và chớp mắt nhẹ nhàng nhìn ngọn lửa đang cháy.

Parfois, il se souvenait de la grande maison du juge Miller à Santa Clara.

Đôi khi ông nhớ lại ngôi nhà lớn của thẩm phán Miller ở Santa Clara.

Il pensait à la piscine en ciment, à Ysabel et au carlin appelé Toots.

Anh nghĩ đến hồ bơi xi măng, đến Ysabel và chú chó pug tên là Toots.

Mais le plus souvent, il se souvenait du club de l'homme au pull rouge.

Nhưng thường thì anh nhớ đến người đàn ông mặc áo len đỏ.

Il se souvenait de la mort de Curly et de sa bataille acharnée contre Spitz.

Ông nhớ lại cái chết của Xoăn và trận chiến dữ dội của nó với Spitz.

Il se souvenait aussi des bons plats qu'il avait mangés ou dont il rêvait encore.

Ông cũng nhớ lại những món ăn ngon mà ông đã từng ăn hoặc vẫn mơ thấy.

Buck n'avait pas le mal du pays : la vallée chaude était lointaine et irréelle.
Buck không nhớ nhà - thung lũng ấm áp thật xa xôi và không có thật.
Les souvenirs de Californie n'avaient plus vraiment d'influence sur lui.
Những ký ức về California không còn thực sự có sức hấp dẫn đối với anh nữa.
Plus forts que la mémoire étaient les instincts profondément ancrés dans sa lignée.
Mạnh mẽ hơn trí nhớ là bản năng ăn sâu vào dòng máu của anh.
Les habitudes autrefois perdues étaient revenues, ravivées par le sentier et la nature sauvage.
Những thói quen đã mất nay đã quay trở lại, được hồi sinh nhờ con đường mòn và thiên nhiên hoang dã.
Tandis que Buck regardait la lumière du feu, cela devenait parfois autre chose.
Khi Buck nhìn ánh lửa, đôi khi nó trở thành thứ gì đó khác.
Il vit à la lueur du feu un autre feu, plus vieux et plus profond que celui-ci.
Anh nhìn thấy trong ánh lửa một ngọn lửa khác, cũ hơn và sâu hơn ngọn lửa hiện tại.
À côté de cet autre feu se tenait accroupi un homme qui ne ressemblait pas au cuisinier métis.
Bên cạnh đống lửa là một người đàn ông đang khom mình, không giống như gã đầu bếp lai.
Cette figurine avait des jambes courtes, de longs bras et des muscles durs et noués.
Nhân vật này có chân ngắn, tay dài và cơ bắp cứng cáp.
Ses cheveux étaient longs et emmêlés, tombant en arrière à partir des yeux.
Tóc anh ta dài và rối, chảy dài về phía sau từ mắt.
Il émit des sons étranges et regarda l'obscurité avec peur.
Anh ta phát ra những âm thanh kỳ lạ và nhìn chằm chằm vào bóng tối trong sợ hãi.

Il tenait une massue en pierre basse, fermement serrée dans sa longue main rugueuse.
Anh ta cầm chặt một cây gậy đá trong bàn tay dài thô ráp của mình.

L'homme portait peu de vêtements ; juste une peau carbonisée qui pendait dans son dos.
Người đàn ông mặc rất ít quần áo; chỉ có một lớp da cháy xém rủ xuống lưng.

Son corps était couvert de poils épais sur les bras, la poitrine et les cuisses.
Cơ thể anh ta được bao phủ bởi lớp lông dày ở cánh tay, ngực và đùi.

Certaines parties des cheveux étaient emmêlées en plaques de fourrure rugueuse.
Một số phần tóc bị rối thành từng mảng lông thô.

Il ne se tenait pas droit mais penché en avant des hanches jusqu'aux genoux.
Ông ta không đứng thẳng mà khom người về phía trước từ hông đến đầu gối.

Ses pas étaient élastiques et félins, comme s'il était toujours prêt à bondir.
Bước chân của anh ta nhẹ nhàng và uyển chuyển như mèo, như thể luôn sẵn sàng nhảy vọt.

Il y avait une vive vigilance, comme s'il vivait dans une peur constante.
Có một sự cảnh giác sắc bén, như thể anh ta đang sống trong nỗi sợ hãi thường trực.

Cet homme ancien semblait s'attendre au danger, que le danger soit perçu ou non.
Người đàn ông cổ đại này dường như luôn mong đợi nguy hiểm, bất kể có nhìn thấy nguy hiểm hay không.

Parfois, l'homme poilu dormait près du feu, la tête entre les jambes.
Đôi khi người đàn ông lông lá ngủ bên đống lửa, đầu kẹp giữa hai chân.

Ses coudes reposaient sur ses genoux, ses mains jointes au-dessus de sa tête.

Khuỷu tay anh chống lên đầu gối, hai tay chắp lại trên đầu.
Comme un chien, il utilisait ses bras velus pour se débarrasser de la pluie qui tombait.
Giống như một chú chó, anh ta dùng cánh tay đầy lông của mình để rũ mưa rơi.
Au-delà de la lumière du feu, Buck vit deux charbons jumeaux briller dans l'obscurité.
Phía sau ánh lửa, Buck nhìn thấy hai cục than đang cháy sáng trong bóng tối.
Toujours deux par deux, ils étaient les yeux des bêtes de proie traquantes.
Luôn luôn là hai con mắt của những con thú săn mồi rình mồi.
Il entendit des corps s'écraser à travers les broussailles et des bruits se faire entendre dans la nuit.
Anh nghe thấy tiếng người va vào bụi rậm và những âm thanh phát ra trong đêm.
Allongé sur la rive du Yukon, clignant des yeux, Buck rêvait près du feu.
Nằm trên bờ sông Yukon, chớp mắt, Buck mơ màng bên đống lửa.
Les images et les sons de ce monde sauvage lui faisaient dresser les cheveux sur la tête.
Cảnh tượng và âm thanh của thế giới hoang dã đó khiến tóc anh dựng đứng.
La fourrure s'élevait le long de son dos, de ses épaules et de son cou.
Lông mọc dọc theo lưng, vai và lên đến cổ.
Il gémissait doucement ou émettait un grognement sourd au plus profond de sa poitrine.
Anh ta rên rỉ khe khẽ hoặc gầm gừ trong lồng ngực.
Alors le cuisinier métis cria : « Hé, toi Buck, réveille-toi ! »
Sau đó, gã đầu bếp lai hét lên: "Này, Buck, dậy đi!"
Le monde des rêves a disparu et la vraie vie est revenue aux yeux de Buck.
Thế giới trong mơ biến mất, và cuộc sống thực sự trở lại trước mắt Buck.

Il allait se lever, s'étirer et bâiller, comme s'il venait de se réveiller d'une sieste.
Anh ta định đứng dậy, vươn vai và ngáp như thể vừa mới ngủ dậy.
Le voyage était difficile, avec le traîneau postal qui traînait derrière eux.
Chuyến đi thật vất vả vì xe trượt thư kéo lê phía sau.
Les lourdes charges et le travail pénible épuisaient les chiens à chaque longue journée.
Những gánh nặng và công việc khó khăn đã làm kiệt sức những chú chó sau một ngày dài.
Ils arrivèrent à Dawson maigres, fatigués et ayant besoin de plus d'une semaine de repos.
Họ đến Dawson trong tình trạng gầy gò, mệt mỏi và cần phải nghỉ ngơi hơn một tuần.
Mais seulement deux jours plus tard, ils repartaient sur le Yukon.
Nhưng chỉ hai ngày sau, họ lại lên đường xuôi dòng Yukon.
Ils étaient chargés de lettres supplémentaires destinées au monde extérieur.
Chúng chứa đầy những lá thư gửi đi thế giới bên ngoài.
Les chiens étaient épuisés et les hommes se plaignaient constamment.
Những chú chó thì kiệt sức còn những người đàn ông thì liên tục phàn nàn.
La neige tombait tous les jours, ramollissant le sentier et ralentissant les traîneaux.
Tuyết rơi mỗi ngày, làm mềm đường mòn và làm chậm tốc độ của xe trượt tuyết.
Cela a rendu la traction plus difficile et a entraîné plus de traînée sur les patins.
Điều này làm cho việc kéo trở nên khó khăn hơn và gây nhiều lực cản hơn lên người chạy.
Malgré cela, les pilotes étaient justes et se souciaient de leurs équipes.
Mặc dù vậy, các tay đua vẫn rất công bằng và quan tâm đến đội của mình.

Chaque nuit, les chiens étaient nourris avant que les hommes ne puissent manger.
Mỗi đêm, những chú chó được cho ăn trước khi những người đàn ông được ăn.

Aucun homme ne dormait avant de vérifier les pattes de son propre chien.
Không người đàn ông nào ngủ mà không kiểm tra chân chó của mình.

Cependant, les chiens s'affaiblissaient à mesure que les kilomètres s'écoulaient sur leur corps.
Tuy nhiên, những chú chó ngày càng yếu đi vì quãng đường đã đi qua.

Ils avaient parcouru mille huit cents kilomètres pendant l'hiver.
Họ đã đi được một ngàn tám trăm dặm trong suốt mùa đông.

Ils ont tiré des traîneaux sur chaque kilomètre de cette distance brutale.
Họ kéo xe trượt tuyết băng qua từng dặm đường khắc nghiệt đó.

Même les chiens de traîneau les plus robustes ressentent de la tension après tant de kilomètres.
Ngay cả những chú chó kéo xe bền bỉ nhất cũng cảm thấy mệt mỏi sau nhiều dặm đường.

Buck a tenu bon, a permis à son équipe de travailler et a maintenu la discipline.
Buck vẫn trụ vững, duy trì hoạt động của nhóm và duy trì kỷ luật.

Mais Buck était fatigué, tout comme les autres pendant le long voyage.
Nhưng Buck cũng mệt mỏi như những người khác trong chuyến đi dài.

Billee gémissait et pleurait dans son sommeil chaque nuit sans faute.
Billee rên rỉ và khóc trong lúc ngủ mỗi đêm không hề sai sót.

Joe devint encore plus amer et Solleks resta froid et distant.
Joe càng trở nên cay đắng hơn, còn Solleks vẫn lạnh lùng và xa cách.

Mais c'est Dave qui a le plus souffert de toute l'équipe.
Nhưng Dave là người chịu tổn thương nặng nề nhất trong cả đội.
Quelque chose n'allait pas en lui, même si personne ne savait quoi.
Có điều gì đó không ổn bên trong anh, mặc dù không ai biết đó là gì.
Il est devenu de plus en plus maussade et s'en est pris aux autres avec une colère croissante.
Ông trở nên cáu kỉnh hơn và quát tháo người khác khi cơn giận ngày một tăng.
Chaque nuit, il se rendait directement à son nid, attendant d'être nourri.
Mỗi đêm, chú chim bay thẳng về tổ, chờ được cho ăn.
Une fois tombé, Dave ne s'est pas relevé avant le matin.
Sau khi nằm xuống, Dave không thể đứng dậy cho đến sáng.
Sur les rênes, des secousses ou des sursauts brusques le faisaient crier de douleur.
Trên dây cương, những cú giật hoặc khởi động đột ngột đều khiến anh ta kêu lên vì đau.
Son chauffeur a recherché la cause du sinistre, mais n'a constaté aucune blessure.
Tài xế của anh đã tìm kiếm nguyên nhân nhưng không thấy anh bị thương.
Tous les conducteurs ont commencé à regarder Dave et ont discuté de son cas.
Tất cả các tài xế bắt đầu chú ý đến Dave và thảo luận về trường hợp của anh.
Ils ont discuté pendant les repas et pendant leur dernière cigarette de la journée.
Họ trò chuyện trong bữa ăn và trong lúc hút thuốc cuối cùng trong ngày.
Une nuit, ils ont tenu une réunion et ont amené Dave au feu.
Một đêm nọ, họ họp và đưa Dave đến đống lửa.
Ils pressèrent et sondèrent son corps, et il cria souvent.
Họ ấn và thăm dò cơ thể ông, và ông thường xuyên kêu khóc.

De toute évidence, quelque chose n'allait pas, même si aucun os ne semblait cassé.
Rõ ràng là có điều gì đó không ổn, mặc dù không có chiếc xương nào bị gãy.

Au moment où ils atteignirent Cassiar Bar, Dave était en train de tomber.
Khi họ tới Cassiar Bar, Dave đang ngã xuống.

Le métis écossais a appelé à la fin et a retiré Dave de l'équipe.
Người lai Scotland đã dừng lại và đuổi Dave ra khỏi đội.

Il a attaché Solleks à la place de Dave, le plus près de l'avant du traîneau.
Anh ta buộc Solleks vào vị trí của Dave, gần phía trước xe trượt tuyết nhất.

Il avait l'intention de laisser Dave se reposer et courir librement derrière le traîneau en mouvement.
Anh ấy định để Dave nghỉ ngơi và chạy tự do phía sau chiếc xe trượt tuyết đang chuyển động.

Mais même malade, Dave détestait être privé du travail qu'il avait occupé.
Nhưng ngay cả khi bị bệnh, Dave vẫn ghét việc bị cướp mất công việc mà anh từng làm.

Il grogna et gémit tandis que les rênes étaient retirées de son corps.
Anh ta gầm gừ và rên rỉ khi dây cương bị kéo ra khỏi người anh ta.

Quand il vit Solleks à sa place, il pleura de douleur.
Khi nhìn thấy Solleks ở vị trí của mình, ông đã khóc vì đau đớn tột cùng.

La fierté du travail sur les sentiers était profonde chez Dave, même à l'approche de la mort.
Niềm tự hào về công việc thám hiểm đường mòn vẫn luôn sâu thẳm trong Dave, ngay cả khi cái chết đang đến gần.

Alors que le traîneau se déplaçait, Dave pataugeait dans la neige molle près du sentier.
Khi chiếc xe trượt tuyết di chuyển, Dave loạng choạng đi qua lớp tuyết mềm gần đường mòn.

Il a attaqué Solleks, le mordant et le poussant du côté du traîneau.
Anh ta tấn công Solleks bằng cách cắn và đẩy anh ta ra khỏi xe trượt tuyết.
Dave a essayé de sauter dans le harnais et de récupérer sa place de travail.
Dave cố gắng nhảy vào dây an toàn và giành lại vị trí làm việc của mình.
Il hurlait, gémissait et pleurait, déchiré entre la douleur et la fierté du travail.
Anh ấy hét lên, rên rỉ và khóc lóc, giằng xé giữa nỗi đau và niềm tự hào khi chuyển dạ.
Le métis a utilisé son fouet pour essayer de chasser Dave de l'équipe.
Người con lai này đã dùng roi để cố đuổi Dave ra khỏi đội.
Mais Dave ignora le coup de fouet, et l'homme ne put pas le frapper plus fort.
Nhưng Dave không để ý đến đòn roi, và gã đàn ông kia không thể đánh anh mạnh hơn được nữa.
Dave a refusé le chemin le plus facile derrière le traîneau, où la neige était tassée.
Dave từ chối đi theo con đường dễ dàng hơn phía sau xe trượt tuyết, nơi tuyết phủ dày.
Au lieu de cela, il se débattait dans la neige profonde à côté du sentier, dans la misère.
Thay vào đó, anh ta vật lộn trong lớp tuyết dày bên cạnh con đường mòn, trong đau khổ.
Finalement, Dave s'est effondré, allongé dans la neige et hurlant de douleur.
Cuối cùng, Dave ngã gục, nằm trên tuyết và rên rỉ vì đau đớn.
Il cria tandis que le long train de traîneaux le dépassait un par un.
Anh ấy kêu lên khi đoàn xe trượt tuyết dài lần lượt đi qua.
Pourtant, avec ce qu'il lui restait de force, il se leva et trébucha après eux.
Tuy nhiên, với chút sức lực còn lại, anh đứng dậy và loạng choạng đi theo họ.

Il l'a rattrapé lorsque le train s'est arrêté à nouveau et a retrouvé son vieux traîneau.
Khi tàu dừng lại lần nữa, anh ta đuổi kịp và tìm thấy chiếc xe trượt tuyết cũ của mình.
Il a dépassé les autres équipes et s'est retrouvé à nouveau aux côtés de Solleks.
Anh ta loạng choạng đi qua các đội khác và lại đứng cạnh Solleks.
Alors que le conducteur s'arrêtait pour allumer sa pipe, Dave saisit sa dernière chance.
Khi người lái xe dừng lại để châm thuốc, Dave đã nắm lấy cơ hội cuối cùng của mình.
Lorsque le chauffeur est revenu et a crié, l'équipe n'a pas avancé.
Khi người lái xe quay lại và hét lớn, cả đoàn không tiến lên nữa.
Les chiens avaient tourné la tête, déconcertés par l'arrêt soudain.
Những con chó quay đầu lại, tỏ vẻ bối rối vì sự dừng lại đột ngột.
Le conducteur était également choqué : le traîneau n'avait pas avancé d'un pouce.
Người lái xe cũng bị sốc - chiếc xe trượt tuyết không hề di chuyển về phía trước một inch nào.
Il a appelé les autres pour qu'ils viennent voir ce qui s'était passé.
Anh ta gọi những người khác đến xem chuyện gì đã xảy ra.
Dave avait mâché les rênes de Solleks, les brisant toutes les deux.
Dave đã cắn đứt dây cương của Solleks, làm cả hai đứt ra.
Il se tenait maintenant devant le traîneau, de retour à sa position légitime.
Bây giờ anh ấy đã đứng trước xe trượt tuyết, trở lại đúng vị trí của mình.
Dave leva les yeux vers le conducteur, le suppliant silencieusement de rester dans les traces.

Dave nhìn lên người lái xe, thầm cầu xin anh ta giữ nguyên tốc độ.

Le conducteur était perplexe, ne sachant pas quoi faire pour le chien en difficulté.

Người lái xe tỏ ra bối rối, không biết phải làm gì với chú chó đang vật lộn.

Les autres hommes parlaient de chiens qui étaient morts après avoir été emmenés dehors.

Những người đàn ông khác kể về những con chó đã chết khi bị đưa ra ngoài.

Ils ont parlé de chiens âgés ou blessés dont le cœur se brisait lorsqu'ils étaient abandonnés.

Họ kể về những chú chó già hoặc bị thương, có trái tim tan vỡ khi bị bỏ lại.

Ils ont convenu que c'était une preuve de miséricorde de laisser Dave mourir alors qu'il était encore dans son harnais.

Họ đồng ý rằng thật là thương xót khi để Dave chết khi vẫn còn trong dây cương.

Il était attaché au traîneau et Dave tirait avec fierté.

Anh ấy được buộc lại vào xe trượt tuyết và Dave kéo xe một cách đầy tự hào.

Même s'il criait parfois, il travaillait comme si la douleur pouvait être ignorée.

Mặc dù đôi khi ông kêu khóc, nhưng ông vẫn làm việc như thể cơn đau có thể bị bỏ qua.

Plus d'une fois, il est tombé et a été traîné avant de se relever.

Ông đã ngã và bị kéo đi nhiều lần trước khi đứng dậy được.

Un jour, le traîneau l'a écrasé et il a boité à partir de ce moment-là.

Một lần, chiếc xe trượt tuyết lăn qua người anh và anh đi khập khiễng từ lúc đó.

Il travailla néanmoins jusqu'à ce qu'il atteigne le camp, puis s'allongea près du feu.

Tuy nhiên, ông vẫn làm việc cho đến khi tới trại, rồi nằm bên đống lửa.

Le matin, Dave était trop faible pour voyager ou même se tenir debout.
Đến sáng, Dave đã quá yếu để có thể di chuyển hoặc thậm chí là đứng thẳng.
Au moment de l'attelage, il essaya d'atteindre son conducteur avec un effort tremblant.
Khi đến giờ thắng ngựa, anh ta run rẩy cố gắng tiếp cận người lái xe.
Il se força à se relever, tituba et s'effondra sur le sol enneigé.
Anh ta cố gắng đứng dậy, loạng choạng rồi ngã xuống nền đất đầy tuyết.
À l'aide de ses pattes avant, il a traîné son corps vers la zone de harnais.
Anh ta dùng hai chân trước kéo cơ thể về phía khu vực buộc dây cương.
Il s'avança, pouce par pouce, vers les chiens de travail.
Anh ta nhích từng inch một về phía những chú chó nghiệp vụ.
Ses forces l'abandonnèrent, mais il continua d'avancer dans sa dernière poussée désespérée.
Sức lực của anh đã cạn kiệt, nhưng anh vẫn tiếp tục di chuyển trong nỗ lực tuyệt vọng cuối cùng của mình.
Ses coéquipiers l'ont vu haleter dans la neige, impatients de les rejoindre.
Các đồng đội của anh nhìn thấy anh thở hổn hển trên tuyết, vẫn khao khát được tham gia cùng họ.
Ils l'entendirent hurler de tristesse alors qu'ils quittaient le camp.
Họ nghe thấy tiếng anh ấy hú lên vì đau buồn khi họ rời khỏi trại.
Alors que l'équipe disparaissait dans les arbres, le cri de Dave résonna derrière eux.
Khi cả đội biến mất sau những hàng cây, tiếng kêu của Dave vẫn vang vọng phía sau họ.
Le train de traîneaux s'est brièvement arrêté après avoir traversé un tronçon de forêt fluviale.
Đoàn tàu trượt tuyết dừng lại một lúc sau khi băng qua một đoạn sông gỗ.

Le métis écossais retourna lentement vers le camp situé derrière lui.
Người lai Scotland chậm rãi bước trở về trại phía sau.
Les hommes ont arrêté de parler quand ils l'ont vu quitter le train de traîneaux.
Những người đàn ông ngừng nói chuyện khi thấy anh ta rời khỏi đoàn tàu trượt tuyết.
Puis un coup de feu retentit clairement et distinctement de l'autre côté du sentier.
Rồi một tiếng súng vang lên rõ ràng và sắc nét dọc theo con đường mòn.
L'homme revint rapidement et reprit sa place sans un mot.
Người đàn ông nhanh chóng quay lại và ngồi vào chỗ của mình mà không nói một lời.
Les fouets claquaient, les cloches tintaient et les traîneaux roulaient dans la neige.
Tiếng roi quất, tiếng chuông leng keng và tiếng xe trượt tuyết lăn trên tuyết.
Mais Buck savait ce qui s'était passé, et tous les autres chiens aussi.
Nhưng Buck biết chuyện gì đã xảy ra—và mọi con chó khác cũng vậy.

Le travail des rênes et du sentier
Sự vất vả của cương ngựa và đường mòn

Trente jours après avoir quitté Dawson, le Salt Water Mail atteignit Skaguay.
Ba mươi ngày sau khi rời Dawson, tàu Salt Water Mail đã đến Skaguay.
Buck et ses coéquipiers ont pris la tête, arrivant dans un état pitoyable.
Buck và các đồng đội đã vươn lên dẫn đầu, nhưng đến nơi trong tình trạng rất thảm thương.
Buck était passé de cent quarante à cent quinze livres.
Buck đã giảm từ một trăm bốn mươi pound xuống còn một trăm mười lăm pound.
Les autres chiens, bien que plus petits, avaient perdu encore plus de poids.
Những con chó khác, mặc dù nhỏ hơn, nhưng lại sụt cân nhiều hơn.
Pike, autrefois un faux boiteux, traînait désormais derrière lui une jambe véritablement blessée.
Pike, trước đây là một kẻ tập tễnh giả tạo, giờ đây phải lê một chân thực sự bị thương theo sau.
Solleks boitait beaucoup et Dub avait une omoplate déchirée.
Solleks đi khập khiễng, còn Dub thì bị trật xương bả vai.
Tous les chiens de l'équipe avaient mal aux pieds après des semaines passées sur le sentier gelé.
Mọi chú chó trong đội đều bị đau chân vì phải đi trên đường mòn đóng băng nhiều tuần.
Ils n'avaient plus aucun ressort dans leurs pas, seulement un mouvement lent et traînant.
Bước chân của họ không còn chút sức bật nào nữa, chỉ còn chuyển động chậm chạp, lê thê.
Leurs pieds heurtent durement le sentier, chaque pas ajoutant plus de tension à leur corps.
Bàn chân họ chạm mạnh vào con đường mòn, mỗi bước chân lại khiến cơ thể họ thêm căng thẳng.

Ils n'étaient pas malades, seulement épuisés au-delà de toute guérison naturelle.
Họ không bị bệnh, chỉ bị kiệt sức đến mức không thể phục hồi tự nhiên được.

Ce n'était pas la fatigue d'une dure journée, guérie par une nuit de repos.
Đây không phải là sự mệt mỏi sau một ngày làm việc vất vả, được chữa khỏi bằng một đêm nghỉ ngơi.

C'était un épuisement qui s'était construit lentement au fil de mois d'efforts épuisants.
Đó là sự kiệt sức tích tụ dần qua nhiều tháng nỗ lực không ngừng nghỉ.

Il ne leur restait plus aucune force de réserve : ils avaient épuisé toutes leurs forces.
Không còn sức lực dự trữ nào nữa—họ đã sử dụng hết mọi thứ họ có.

Chaque muscle, chaque fibre et chaque cellule de leur corps étaient épuisés et usés.
Mọi cơ, sợi và tế bào trong cơ thể họ đều kiệt sức và mòn mỏi.

Et il y avait une raison : ils avaient parcouru deux mille cinq cents kilomètres.
Và có một lý do - họ đã đi được hai ngàn năm trăm dặm.

Ils ne s'étaient reposés que cinq jours au cours des mille huit cents derniers kilomètres.
Họ chỉ nghỉ ngơi năm ngày trong suốt chặng đường dài một nghìn tám trăm dặm.

Lorsqu'ils arrivèrent à Skaguay, ils semblaient à peine capables de se tenir debout.
Khi họ đến Skaguay, trông họ như thể không thể đứng thẳng được nữa.

Ils ont lutté pour garder les rênes serrées et rester devant le traîneau.
Họ cố gắng giữ chặt dây cương và đi trước xe trượt tuyết.

Dans les descentes, ils ont tout juste réussi à éviter d'être écrasés.
Khi xuống dốc, họ chỉ có thể tránh được việc bị xe cán qua.

« Continuez, pauvres pieds endoloris », dit le chauffeur tandis qu'ils boitaient.

"Tiến lên, đôi chân đau nhức tội nghiệp," người lái xe nói khi họ khập khiễng bước đi.

« C'est la dernière ligne droite, après quoi nous aurons tous droit à un long repos, c'est sûr. »

"Đây là chặng cuối cùng, sau đó chắc chắn tất cả chúng ta sẽ được nghỉ ngơi một thời gian dài."

« Un très long repos », promit-il en les regardant avancer en titubant.

"Một giấc ngủ thật dài", anh hứa, nhìn họ loạng choạng tiến về phía trước.

Les pilotes s'attendaient à bénéficier d'une longue pause bien méritée.

Các tài xế hy vọng rằng họ sẽ có được một kỳ nghỉ dài và cần thiết.

Ils avaient parcouru douze cents milles avec seulement deux jours de repos.

Họ đã đi được một ngàn hai trăm dặm chỉ với hai ngày nghỉ ngơi.

Par souci d'équité et de raison, ils estimaient avoir mérité un temps de détente.

Công bằng mà nói, họ cảm thấy họ xứng đáng có thời gian để thư giãn.

Mais trop de gens étaient venus au Klondike et trop peu étaient restés chez eux.

Nhưng có quá nhiều người đến Klondike và quá ít người ở lại nhà.

Les lettres des familles ont afflué, créant des piles de courrier en retard.

Thư từ các gia đình liên tục gửi đến, tạo thành những đống thư bị chậm trễ.

Les ordres officiels sont arrivés : de nouveaux chiens de la Baie d'Hudson allaient prendre le relais.

Lệnh chính thức đã đến—những chú chó mới của Hudson Bay sẽ tiếp quản nhiệm vụ.

Les chiens épuisés, désormais considérés comme sans valeur, devaient être éliminés.
Những con chó kiệt sức, giờ đây bị coi là vô giá trị, sẽ bị loại bỏ.
Comme l'argent comptait plus que les chiens, ils allaient être vendus à bas prix.
Vì tiền quan trọng hơn chó nên chúng sẽ được bán với giá rẻ.
Trois jours supplémentaires passèrent avant que les chiens ne ressentent à quel point ils étaient faibles.
Ba ngày nữa trôi qua trước khi những chú chó cảm thấy chúng yếu đến mức nào.
Le quatrième matin, deux hommes venus des États-Unis ont acheté toute l'équipe.
Sáng ngày thứ tư, hai người đàn ông từ Hoa Kỳ đã mua toàn bộ đội.
La vente comprenait tous les chiens, ainsi que leur harnais usagé.
Việc bán đấu giá bao gồm tất cả những con chó cùng với bộ dây nịt đã qua sử dụng của chúng.
Les hommes s'appelaient mutuellement « Hal » et « Charles » lorsqu'ils concluaient l'affaire.
Những người đàn ông gọi nhau là "Hal" và "Charles" khi họ hoàn tất giao dịch.
Charles était d'âge moyen, pâle, avec des lèvres molles et des pointes de moustache féroces.
Charles đã ở độ tuổi trung niên, nước da nhợt nhạt, đôi môi mềm mại và bộ ria mép rậm rạp.
Hal était un jeune homme, peut-être âgé de dix-neuf ans, portant une ceinture bourrée de cartouches.
Hal là một thanh niên, khoảng mười chín tuổi, đeo thắt lưng nhét đầy đạn.
La ceinture contenait un gros revolver et un couteau de chasse, tous deux inutilisés.
Thắt lưng đựng một khẩu súng lục lớn và một con dao săn, cả hai đều chưa sử dụng.
Cela a montré à quel point il était inexpérimenté et inapte à la vie dans le Nord.

Điều này cho thấy ông thiếu kinh nghiệm và không phù hợp với cuộc sống ở miền Bắc.

Aucun des deux hommes n'appartenait à la nature sauvage ; leur présence défiait toute raison.

Cả hai người đều không thuộc về nơi hoang dã; sự hiện diện của họ thách thức mọi lý lẽ.

Buck a regardé l'argent échanger des mains entre l'acheteur et l'agent.

Buck theo dõi việc trao đổi tiền giữa người mua và người môi giới.

Il savait que les conducteurs du train postal allaient le quitter comme les autres.

Ông biết những người lái tàu thư cũng sắp rời bỏ cuộc sống của ông như những người khác.

Ils suivirent Perrault et François, désormais irrévocables.

Họ đi theo Perrault và François, lúc này đã không còn ai gọi họ nữa.

Buck et l'équipe ont été conduits dans le camp négligé de leurs nouveaux propriétaires.

Buck và nhóm của anh được dẫn đến trại tạm trú tồi tàn của chủ sở hữu mới.

La tente s'affaissait, la vaisselle était sale et tout était en désordre.

Chiếc lều lún xuống, bát đĩa bẩn và mọi thứ đều lộn xộn.

Buck remarqua également une femme : Mercedes, la femme de Charles et la sœur de Hal.

Buck cũng để ý thấy một người phụ nữ ở đó - Mercedes, vợ của Charles và là em gái của Hal.

Ils formaient une famille complète, bien que loin d'être adaptée au sentier.

Họ tạo thành một gia đình hoàn chỉnh, mặc dù không phù hợp với con đường mòn.

Buck regarda nerveusement le trio commencer à emballer les fournitures.

Buck lo lắng theo dõi bộ ba bắt đầu đóng gói đồ tiếp tế.

Ils ont travaillé dur mais sans ordre, juste du grabuge et des efforts gaspillés.

Họ làm việc chăm chỉ nhưng không có trật tự, chỉ gây phiền phức và lãng phí công sức.

La tente a été roulée dans une forme volumineuse, beaucoup trop grande pour le traîneau.

Chiếc lều được cuộn lại thành một hình dạng cồng kềnh, quá lớn so với chiếc xe trượt tuyết.

La vaisselle sale a été emballée sans avoir été nettoyée ni séchée du tout.

Bát đĩa bẩn được đóng gói mà không được rửa hoặc sấy khô.

Mercedes voltigeait, parlant constamment, corrigeant et intervenant.

Mercedes bay lượn khắp nơi, liên tục nói chuyện, sửa lỗi và can thiệp.

Lorsqu'un sac était placé à l'avant, elle insistait pour qu'il soit placé à l'arrière.

Khi đặt một cái bao lên phía trước, cô ấy nhất quyết đặt nó lên phía sau.

Elle a mis le sac au fond, et l'instant d'après, elle en avait besoin.

Cô nhét chiếc túi vào đáy và ngay sau đó cô đã cần đến nó.

Le traîneau a donc été déballé à nouveau pour atteindre le sac spécifique.

Vì vậy, chiếc xe trượt tuyết lại được mở ra để lấy chiếc túi cụ thể đó.

À proximité, trois hommes se tenaient devant une tente, observant la scène se dérouler.

Gần đó, ba người đàn ông đứng bên ngoài một chiếc lều, quan sát cảnh tượng đang diễn ra.

Ils souriaient, faisaient des clins d'œil et souriaient à la confusion évidente des nouveaux arrivants.

Họ mỉm cười, nháy mắt và cười toe toét trước vẻ bối rối rõ ràng của những người mới đến.

« Vous avez déjà une charge très lourde », dit l'un des hommes.

"Anh đã mang trên mình một gánh nặng rồi đấy", một trong những người đàn ông nói.

« Je ne pense pas que tu devrais porter cette tente, mais c'est ton choix. »

"Tôi không nghĩ bạn nên mang theo chiếc lều đó, nhưng đó là lựa chọn của bạn."

« Inimaginable ! » s'écria Mercedes en levant les mains de désespoir.

"Thật không thể tưởng tượng nổi!" Mercedes kêu lên, giơ hai tay lên trời trong tuyệt vọng.

« Comment pourrais-je voyager sans une tente sous laquelle dormir ? »

"Làm sao tôi có thể đi du lịch nếu không có lều để trú ẩn?"

« C'est le printemps, vous ne verrez plus jamais de froid », répondit l'homme.

"Mùa xuân rồi, anh sẽ không còn thấy thời tiết lạnh nữa đâu", người đàn ông trả lời.

Mais elle secoua la tête et ils continuèrent à empiler des objets sur le traîneau.

Nhưng cô lắc đầu, và họ tiếp tục chất đồ lên xe trượt tuyết.

La charge s'élevait dangereusement alors qu'ils ajoutaient les dernières choses.

Tải trọng tăng cao một cách nguy hiểm khi họ thêm những thứ cuối cùng vào.

« Tu penses que le traîneau va rouler ? » demanda l'un des hommes avec un regard sceptique.

"Anh nghĩ là xe trượt tuyết có chạy được không?" Một người đàn ông hỏi với vẻ hoài nghi.

« Pourquoi pas ? » rétorqua Charles, vivement agacé.

"Tại sao lại không?" Charles quát lại với vẻ khó chịu tột độ.

« Oh, ce n'est pas grave », dit rapidement l'homme, s'éloignant de l'offense.

"Ồ, không sao đâu," người đàn ông nhanh chóng nói, tránh né sự xúc phạm.

« Je me demandais juste – ça me semblait un peu trop lourd. »

"Tôi chỉ thắc mắc thôi—với tôi thì nó trông có vẻ hơi nặng phần trên."

Charles se détourna et attacha la charge du mieux qu'il put.

Charles quay đi và cố gắng buộc chặt vật nặng hết mức có thể.

Mais les attaches étaient lâches et l'emballage mal fait dans l'ensemble.

Nhưng dây buộc lỏng lẻo và việc đóng gói nhìn chung không được tốt.

« Bien sûr, les chiens tireront ça toute la journée », a dit un autre homme avec sarcasme.

"Chắc chắn rồi, lũ chó sẽ kéo như thế cả ngày", một người đàn ông khác nói một cách mỉa mai.

« Bien sûr », répondit froidement Hal en saisissant le long mât du traîneau.

"Tất nhiên rồi," Hal lạnh lùng đáp, nắm lấy cần lái dài của xe trượt tuyết.

D'une main sur le poteau, il faisait tournoyer le fouet dans l'autre.

Một tay anh ta cầm cây sào, tay kia vung roi.

« Allons-y ! » cria-t-il. « Allez ! » exhortant les chiens à démarrer.

"Đi thôi!" anh ta hét lên. "Đi nào!" thúc giục lũ chó bắt đầu.

Les chiens se sont penchés sur le harnais et ont tendu pendant quelques instants.

Những chú chó dựa vào dây nịt và căng thẳng trong vài phút.

Puis ils s'arrêtèrent, incapables de déplacer d'un pouce le traîneau surchargé.

Sau đó, họ dừng lại, không thể di chuyển chiếc xe trượt tuyết quá tải một inch nào.

« Ces brutes paresseuses ! » hurla Hal en levant le fouet pour les frapper.

"Lũ súc vật lười biếng!" Hal hét lên, giơ roi lên định đánh chúng.

Mais Mercedes s'est précipitée et a saisi le fouet des mains de Hal.

Nhưng Mercedes đã lao vào và giật lấy chiếc roi từ tay Hal.

« Oh, Hal, n'ose pas leur faire de mal », s'écria-t-elle, alarmée.

"Ôi, Hal, đừng có mà làm hại họ," cô kêu lên trong hoảng sợ.

« Promets-moi que tu seras gentil avec eux, sinon je n'irai pas plus loin. »
"Hứa với tôi là anh sẽ tử tế với họ, nếu không tôi sẽ không tiến thêm bước nào nữa đâu."
« Tu ne connais rien aux chiens », lança Hal à sa sœur.
"Em chẳng biết gì về chó cả," Hal quát vào mặt chị gái mình.
« Ils sont paresseux, et la seule façon de les déplacer est de les fouetter. »
"Chúng lười biếng, và cách duy nhất để di chuyển chúng là dùng roi quất chúng."
« Demandez à n'importe qui, demandez à l'un de ces hommes là-bas si vous doutez de moi. »
"Hãy hỏi bất kỳ ai—hãy hỏi một trong những người đàn ông đằng kia nếu bạn nghi ngờ tôi."
Mercedes regarda les spectateurs avec des yeux suppliants et pleins de larmes.
Mercedes nhìn những người đứng xem bằng đôi mắt cầu xin và đẫm lệ.
Son visage montrait à quel point elle détestait la vue de la douleur.
Gương mặt cô cho thấy cô ghét cay ghét đắng cảnh đau đớn đến nhường nào.
« Ils sont faibles, c'est tout », dit un homme. « Ils sont épuisés. »
"Họ yếu lắm, thế thôi", một người đàn ông nói. "Họ kiệt sức rồi".
« Ils ont besoin de repos, ils ont travaillé trop longtemps sans pause. »
"Họ cần được nghỉ ngơi—họ đã làm việc quá lâu mà không được nghỉ ngơi."
« Que le repos soit maudit », murmura Hal, la lèvre retroussée.
"Những kẻ còn lại bị nguyền rủa," Hal lẩm bẩm với đôi môi cong lên.
Mercedes haleta, clairement peinée par ce mot grossier de sa part.

Mercedes thở hổn hển, rõ ràng là đau đớn vì lời lẽ thô lỗ của anh ta.

Pourtant, elle est restée loyale et a immédiatement défendu son frère.

Tuy nhiên, cô vẫn trung thành và ngay lập tức bảo vệ anh trai mình.

« Ne fais pas attention à cet homme », dit-elle à Hal. « Ce sont nos chiens. »

"Đừng để ý đến người đàn ông đó," cô nói với Hal. "Họ là chó của chúng ta."

« Vous les conduisez comme bon vous semble, faites ce que vous pensez être juste. »

"Bạn lái chúng theo cách bạn thấy phù hợp—làm những gì bạn cho là đúng."

Hal leva le fouet et frappa à nouveau les chiens sans pitié.

Hal giơ roi lên và đánh lũ chó một lần nữa không thương tiếc.

Ils se sont précipités en avant, le corps bas, les pieds poussant dans la neige.

Họ lao về phía trước, người cúi thấp, chân đẩy vào tuyết.

Toutes leurs forces étaient utilisées pour tirer, mais le traîneau ne bougeait pas.

Họ dùng hết sức lực để kéo nhưng chiếc xe trượt tuyết vẫn không di chuyển.

Le traîneau est resté coincé, comme une ancre figée dans la neige tassée.

Chiếc xe trượt tuyết vẫn kẹt cứng như một chiếc mỏ neo bị đóng băng trong lớp tuyết dày.

Après un deuxième effort, les chiens s'arrêtèrent à nouveau, haletants.

Sau nỗ lực thứ hai, đàn chó lại dừng lại, thở hổn hển.

Hal leva à nouveau le fouet, juste au moment où Mercedes intervenait à nouveau.

Hal lại giơ roi lên một lần nữa, đúng lúc Mercedes lại can thiệp.

Elle tomba à genoux devant Buck et lui serra le cou.

Cô quỳ xuống trước mặt Buck và ôm lấy cổ anh.

Les larmes lui montèrent aux yeux tandis qu'elle suppliait le chien épuisé.
Nước mắt cô trào ra khi cô cầu xin chú chó kiệt sức.
« Pauvres chéris », dit-elle, « pourquoi ne tirez-vous pas plus fort ? »
"Các bạn tội nghiệp ơi", bà nói, "sao các bạn không kéo mạnh hơn nữa nhỉ?"
« Si tu tires, tu ne seras pas fouetté comme ça. »
"Nếu kéo thì sẽ không bị đánh như thế này."
Buck n'aimait pas Mercedes, mais il était trop fatigué pour lui résister maintenant.
Buck không thích Mercedes, nhưng lúc này anh đã quá mệt mỏi để cưỡng lại cô.
Il accepta ses larmes comme une simple partie de cette journée misérable.
Anh chấp nhận những giọt nước mắt của cô như một phần của ngày đau khổ này.
L'un des hommes qui regardaient a finalement parlé après avoir retenu sa colère.
Một trong những người đàn ông đang theo dõi cuối cùng cũng lên tiếng sau khi kìm nén cơn giận.
« Je me fiche de ce qui vous arrive, mais ces chiens comptent. »
"Tôi không quan tâm chuyện gì sẽ xảy ra với các người, nhưng những chú chó đó rất quan trọng."
« Si vous voulez aider, détachez ce traîneau, il est gelé dans la neige. »
"Nếu muốn giúp thì hãy tháo chiếc xe trượt tuyết ra đi—nó đã bị đóng băng trên tuyết rồi."
« Appuyez fort sur la perche, à droite et à gauche, et brisez le sceau de glace. »
"Đẩy mạnh cần lái, cả bên phải và bên trái, để phá vỡ lớp băng phủ."
Une troisième tentative a été faite, cette fois-ci suite à la suggestion de l'homme.
Lần thử thứ ba được thực hiện, lần này theo gợi ý của người đàn ông.

Hal a balancé le traîneau d'un côté à l'autre, libérant les patins.
Hal lắc chiếc xe trượt tuyết từ bên này sang bên kia, khiến cho các thanh trượt bị lỏng ra.
Le traîneau, bien que surchargé et maladroit, a finalement fait un bond en avant.
Chiếc xe trượt tuyết, mặc dù quá tải và cồng kềnh, cuối cùng cũng tiến về phía trước.
Buck et les autres tiraient sauvagement, poussés par une tempête de coups de fouet.
Buck và những người khác kéo một cách điên cuồng, bị thúc đẩy bởi một cơn bão roi quất.
Une centaine de mètres plus loin, le sentier courbait et descendait en pente dans la rue.
Khoảng một trăm thước phía trước, con đường mòn cong và dốc vào trong phố.
Il aurait fallu un conducteur expérimenté pour maintenir le traîneau droit.
Phải là một người lái xe có tay nghề cao mới có thể giữ cho chiếc xe trượt tuyết thẳng đứng.
Hal n'était pas habile et le traîneau a basculé en tournant dans le virage.
Hal không có kỹ năng nên chiếc xe trượt tuyết bị nghiêng khi rẽ vào khúc cua.
Les sangles lâches ont cédé et la moitié de la charge s'est répandue sur la neige.
Những dây buộc lỏng lẻo bị bung ra và một nửa hàng hóa đổ xuống tuyết.
Les chiens ne s'arrêtèrent pas ; le traîneau le plus léger volait sur le côté.
Những con chó không dừng lại; chiếc xe trượt tuyết nhẹ hơn vẫn bay nghiêng về một bên.
En colère à cause des mauvais traitements et du lourd fardeau, les chiens couraient plus vite.
Tức giận vì bị ngược đãi và gánh nặng, những chú chó chạy nhanh hơn.
Buck, furieux, s'est mis à courir, suivi par l'équipe.

Buck, trong cơn giận dữ, đã chạy trốn, với cả đội chạy theo phía sau.

Hal a crié « Whoa ! Whoa ! » mais l'équipe ne lui a pas prêté attention.

Hal hét lên "Whoa! Whoa!" nhưng cả đội không hề chú ý đến anh.

Il a trébuché, est tombé et a été traîné au sol par le harnais.

Anh ta vấp ngã và bị kéo lê trên mặt đất bằng dây cương.

Le traîneau renversé l'a heurté tandis que les chiens couraient devant.

Chiếc xe trượt tuyết bị lật đè lên người anh ta trong khi đàn chó chạy về phía trước.

Le reste des fournitures est dispersé dans la rue animée de Skaguay.

Phần hàng tiếp tế còn lại nằm rải rác trên khắp phố đông đúc của Skaguay.

Des personnes au grand cœur se sont précipitées pour arrêter les chiens et rassembler le matériel.

Những người tốt bụng đã chạy đến ngăn cản đàn chó và thu gom đồ đạc.

Ils ont également donné des conseils, directs et pratiques, aux nouveaux voyageurs.

Họ cũng đưa ra lời khuyên thẳng thắn và thực tế cho những du khách mới.

« Si vous voulez atteindre Dawson, prenez la moitié du chargement et doublez les chiens. »

"Nếu muốn đến Dawson, hãy mang một nửa tải trọng và tăng gấp đôi số chó."

Hal, Charles et Mercedes écoutaient, mais sans enthousiasme.

Hal, Charles và Mercedes lắng nghe, mặc dù không mấy nhiệt tình.

Ils ont installé leur tente et ont commencé à trier leurs provisions.

Họ dựng lều và bắt đầu phân loại đồ dùng của mình.

Des conserves sont sorties, ce qui a fait rire les spectateurs.

Đồ hộp được mang ra khiến những người chứng kiến bật cười.

« Des conserves sur le sentier ? Tu vas mourir de faim avant qu'elles ne fondent », a dit l'un d'eux.

"Đồ hộp trên đường đi à? Bạn sẽ chết đói trước khi nó tan chảy", một người nói.

« Des couvertures d'hôtel ? Tu ferais mieux de toutes les jeter. »

"Chăn khách sạn ư? Tốt hơn là bạn nên vứt hết chúng đi."

« Laissez tomber la tente aussi, et personne ne fait la vaisselle ici. »

"Cũng bỏ lều đi, ở đây không có ai rửa bát đâu."

« Tu crois que tu voyages dans un train Pullman avec des domestiques à bord ? »

"Anh nghĩ anh đang đi tàu Pullman với người hầu trên tàu à?"

Le processus a commencé : chaque objet inutile a été jeté de côté.

Quá trình bắt đầu—mọi vật dụng vô dụng đều bị ném sang một bên.

Mercedes a pleuré lorsque ses sacs ont été vidés sur le sol enneigé.

Mercedes khóc khi những chiếc túi của cô bị đổ xuống nền đất đầy tuyết.

Elle sanglotait sur chaque objet jeté, un par un, sans pause.

Cô nức nở không ngừng nghỉ khi nhìn thấy từng món đồ bị ném ra ngoài.

Elle jura de ne plus faire un pas de plus, même pas pendant dix Charles.

Cô thề sẽ không bước thêm một bước nào nữa, thậm chí là mười Charles.

Elle a supplié chaque personne à proximité de la laisser garder ses objets précieux.

Cô ấy cầu xin mọi người xung quanh hãy để cô ấy giữ lại những đồ vật quý giá của mình.

Finalement, elle s'essuya les yeux et commença à jeter même les vêtements essentiels.

Cuối cùng, cô lau mắt và bắt đầu vứt bỏ cả những bộ quần áo quan trọng.
Une fois les siennes terminées, elle commença à vider les provisions des hommes.
Khi đã xong việc của mình, cô bắt đầu đổ đồ dùng của nam giới.
Comme un tourbillon, elle a déchiré les affaires de Charles et Hal.
Như một cơn lốc, cô xé toạc đồ đạc của Charles và Hal.
Même si la charge était réduite de moitié, elle était encore bien plus lourde que nécessaire.
Mặc dù tải trọng đã giảm đi một nửa nhưng vẫn nặng hơn mức cần thiết.
Cette nuit-là, Charles et Hal sont sortis et ont acheté six nouveaux chiens.
Đêm đó, Charles và Hal ra ngoài và mua sáu con chó mới.
Ces nouveaux chiens ont rejoint les six originaux, plus Teek et Koona.
Những chú chó mới này đã gia nhập cùng sáu chú chó ban đầu, cộng thêm Teek và Koona.
Ensemble, ils formaient une équipe de quatorze chiens attelés au traîneau.
Họ cùng nhau tạo thành một đội gồm mười bốn con chó được buộc vào xe trượt tuyết.
Mais les nouveaux chiens n'étaient pas aptes et mal entraînés au travail en traîneau.
Nhưng những chú chó mới này không đủ sức khỏe và chưa được huấn luyện tốt để kéo xe trượt tuyết.
Trois des chiens étaient des pointeurs à poil court et un était un Terre-Neuve.
Ba trong số những con chó này là chó săn lông ngắn và một con là chó Newfoundland.
Les deux derniers chiens étaient des bâtards sans race ni objectif clairement définis.
Hai con chó cuối cùng là chó lai không có giống rõ ràng hoặc mục đích gì cả.

Ils n'ont pas compris le sentier et ne l'ont pas appris rapidement.
Họ không hiểu đường mòn và cũng không học được nhanh chóng.
Buck et ses compagnons les regardaient avec mépris et une profonde irritation.
Buck và đồng bọn của nó nhìn họ với vẻ khinh thường và bực tức sâu sắc.
Bien que Buck leur ait appris ce qu'il ne fallait pas faire, il ne pouvait pas leur enseigner le devoir.
Mặc dù Buck dạy họ những điều không nên làm, nhưng ông không thể dạy họ về bổn phận.
Ils n'ont pas bien supporté la vie sur les sentiers ni la traction des rênes et des traîneaux.
Họ không thích nghi tốt với cuộc sống trên đường mòn hoặc với sức kéo của dây cương và xe trượt tuyết.
Seuls les bâtards essayaient de s'adapter, et même eux manquaient d'esprit combatif.
Chỉ có những con lai mới cố gắng thích nghi, và ngay cả chúng cũng thiếu tinh thần chiến đấu.
Les autres chiens étaient confus, affaiblis et brisés par leur nouvelle vie.
Những con chó khác đều bối rối, yếu đuối và suy sụp trước cuộc sống mới.
Les nouveaux chiens étant désemparés et les anciens épuisés, l'espoir était mince.
Với những chú chó mới không biết gì và những chú chó cũ thì kiệt sức, hy vọng trở nên mong manh.
L'équipe de Buck avait parcouru deux mille cinq cents kilomètres de sentiers difficiles.
Đội của Buck đã vượt qua hai ngàn năm trăm dặm đường mòn hiểm trở.
Pourtant, les deux hommes étaient joyeux et fiers de leur grande équipe de chiens.
Tuy nhiên, hai người đàn ông vẫn vui vẻ và tự hào về đội chó lớn của mình.
Ils pensaient voyager avec style, avec quatorze chiens attelés.

Họ nghĩ rằng họ đang đi du lịch theo phong cách riêng với mười bốn con chó được buộc vào.

Ils avaient vu des traîneaux partir pour Dawson, et d'autres en arriver.

Họ đã thấy những chiếc xe trượt tuyết rời đi Dawson, và những chiếc khác cũng đến từ đó.

Mais ils n'en avaient jamais vu un tiré par quatorze chiens.

Nhưng họ chưa bao giờ thấy một con ngựa nào được kéo bởi tới mười bốn con chó.

Il y avait une raison pour laquelle de telles équipes étaient rares dans la nature sauvage de l'Arctique.

Có lý do khiến những đội như vậy rất hiếm ở vùng hoang dã Bắc Cực.

Aucun traîneau ne pouvait transporter suffisamment de nourriture pour nourrir quatorze chiens pendant le voyage.

Không có xe trượt tuyết nào có thể chở đủ thức ăn cho mười bốn con chó trong suốt chuyến đi.

Mais Charles et Hal ne le savaient pas : ils avaient fait le calcul.

Nhưng Charles và Hal không biết điều đó—họ đã tính toán.

Ils ont planifié la nourriture : tant par chien, tant de jours, et c'est fait.

Họ vạch ra kế hoạch thức ăn: mỗi con chó được cho bao nhiêu, trong bao nhiêu ngày, xong.

Mercedes regarda leurs chiffres et hocha la tête comme si cela avait du sens.

Mercedes nhìn vào số liệu của họ và gật đầu như thể điều đó có lý.

Tout cela lui semblait très simple, du moins sur le papier.

Với cô, mọi chuyện có vẻ rất đơn giản, ít nhất là trên lý thuyết.

Le lendemain matin, Buck conduisit lentement l'équipe dans la rue enneigée.

Sáng hôm sau, Buck dẫn cả đội đi chậm rãi trên con phố phủ đầy tuyết.

Il n'y avait aucune énergie ni aucun esprit en lui ou chez les chiens derrière lui.

Không có chút năng lượng hay tinh thần nào ở anh ta hay những con chó phía sau anh ta.

Ils étaient épuisés dès le départ, il n'y avait plus de réserve.

Họ đã mệt mỏi ngay từ đầu—không còn sức lực dự trữ nữa.

Buck avait déjà effectué quatre voyages entre Salt Water et Dawson.

Buck đã thực hiện bốn chuyến đi giữa Salt Water và Dawson.

Maintenant, confronté à nouveau à la même épreuve, il ne ressentait que de l'amertume.

Bây giờ, khi phải đối mặt với con đường tương tự một lần nữa, anh chỉ cảm thấy cay đắng.

Son cœur n'y était pas, ni celui des autres chiens.

Trái tim của ông không ở trong đó, và trái tim của những con chó khác cũng vậy.

Les nouveaux chiens étaient timides et les huskies manquaient totalement de confiance.

Những chú chó mới thì nhút nhát, còn những chú chó husky thì không hề tin tưởng.

Buck sentait qu'il ne pouvait pas compter sur ces deux hommes ou sur leur sœur.

Buck cảm thấy mình không thể tin tưởng vào hai người đàn ông này hoặc chị gái của họ.

Ils ne savaient rien et ne montraient aucun signe d'apprentissage sur le sentier.

Họ không biết gì cả và cũng không có dấu hiệu học hỏi gì trên đường đi.

Ils étaient désorganisés et manquaient de tout sens de la discipline.

Họ thiếu tổ chức và thiếu tinh thần kỷ luật.

Il leur fallait à chaque fois la moitié de la nuit pour monter un campement bâclé.

Mỗi lần họ phải mất nửa đêm mới dựng được một trại tạm bợ.

Et ils passèrent la moitié de la matinée suivante à tâtonner à nouveau avec le traîneau.

Và nửa buổi sáng hôm sau họ lại loay hoay với chiếc xe trượt tuyết.

À midi, ils s'arrêtaient souvent juste pour réparer la charge inégale.
Đến trưa, họ thường dừng lại chỉ để sửa lại tình trạng hàng hóa không đều.
Certains jours, ils parcouraient moins de dix milles au total.
Có những ngày, tổng quãng đường họ đi chỉ chưa tới mười dặm.
D'autres jours, ils ne parvenaient pas du tout à quitter le camp.
Những ngày khác, họ không thể rời khỏi trại được.
Ils n'ont jamais réussi à couvrir la distance alimentaire prévue.
Họ không bao giờ đạt được gần đến khoảng cách dự định để mua thực phẩm.
Comme prévu, ils ont très vite manqué de nourriture pour les chiens.
Đúng như dự đoán, họ nhanh chóng hết thức ăn cho chó.
Ils ont aggravé la situation en les suralimentant au début.
Họ làm cho vấn đề trở nên tồi tệ hơn bằng cách cho ăn quá nhiều trong những ngày đầu.
À chaque ration négligée, la famine se rapprochait.
Điều này khiến nạn đói ngày càng đến gần hơn với mỗi khẩu phần ăn thiếu cẩn thận.
Les nouveaux chiens n'avaient pas appris à survivre avec très peu.
Những chú chó mới chưa học được cách sống sót với rất ít thức ăn.
Ils mangeaient avec faim, avec un appétit trop grand pour le sentier.
Họ ăn một cách đói bụng, với một cái bụng quá lớn so với đường đi.
Voyant les chiens s'affaiblir, Hal pensait que la nourriture n'était pas suffisante.
Khi thấy đàn chó yếu đi, Hal tin rằng thức ăn không đủ.
Il a doublé les rations, rendant l'erreur encore pire.
Ông đã tăng gấp đôi khẩu phần ăn, khiến cho sai lầm càng trở nên tồi tệ hơn.

Mercedes a aggravé le problème avec ses larmes et ses douces supplications.
Mercedes làm vấn đề trở nên trầm trọng hơn bằng những giọt nước mắt và lời cầu xin yếu ớt.

Comme elle n'arrivait pas à convaincre Hal, elle nourrissait les chiens en secret.
Khi không thể thuyết phục Hal, cô đã bí mật cho chó ăn.

Elle a volé des sacs de poissons et les leur a donnés dans son dos.
Cô ấy lấy trộm cá trong túi đựng cá và đưa cho họ sau lưng anh ta.

Mais ce dont les chiens avaient réellement besoin, ce n'était pas de plus de nourriture, mais de repos.
Nhưng thứ mà những chú chó thực sự cần không phải là thức ăn mà là sự nghỉ ngơi.

Ils progressaient mal, mais le lourd traîneau continuait à avancer.
Họ đi chậm hơn, nhưng chiếc xe trượt tuyết nặng vẫn kéo lê được.

Ce poids à lui seul épuisait chaque jour leurs forces restantes.
Chỉ riêng sức nặng đó đã làm cạn kiệt sức lực còn lại của họ mỗi ngày.

Puis vint l'étape de la sous-alimentation, les réserves s'épuisant.
Sau đó đến giai đoạn thiếu thức ăn vì nguồn cung cấp cạn kiệt.

Un matin, Hal s'est rendu compte que la moitié de la nourriture pour chien avait déjà disparu.
Một buổi sáng, Hal nhận ra rằng một nửa số thức ăn cho chó đã hết.

Ils n'avaient parcouru qu'un quart de la distance totale du sentier.
Họ chỉ đi được một phần tư tổng quãng đường.

On ne pouvait plus acheter de nourriture, quel que soit le prix proposé.
Không thể mua thêm thức ăn nữa, bất kể trả giá thế nào.

Il a réduit les portions des chiens en dessous de la ration quotidienne standard.
Ông đã giảm khẩu phần ăn của chó xuống dưới mức tiêu chuẩn hàng ngày.

Dans le même temps, il a exigé des voyages plus longs pour compenser la perte.
Đồng thời, ông yêu cầu phải đi xa hơn để bù đắp cho sự mất mát.

Mercedes et Charles ont soutenu ce plan, mais ont échoué dans son exécution.
Mercedes và Charles ủng hộ kế hoạch này nhưng không thực hiện được.

Leur lourd traîneau et leur manque de compétences rendaient la progression presque impossible.
Chiếc xe trượt tuyết nặng và thiếu kỹ năng khiến họ gần như không thể di chuyển được.

Il était facile de donner moins de nourriture, mais impossible de forcer plus d'efforts.
Thật dễ dàng để cho ít thức ăn hơn, nhưng không thể ép buộc nhiều nỗ lực hơn.

Ils ne pouvaient pas commencer plus tôt, ni voyager pendant des heures supplémentaires.
Họ không thể bắt đầu sớm và cũng không thể di chuyển thêm nhiều giờ.

Ils ne savaient pas comment travailler les chiens, ni eux-mêmes d'ailleurs.
Họ không biết cách huấn luyện những chú chó, cũng như chính bản thân họ.

Le premier chien à mourir était Dub, le voleur malchanceux mais travailleur.
Con chó đầu tiên chết là Dub, một tên trộm xui xẻo nhưng chăm chỉ.

Bien que souvent puni, Dub avait fait sa part sans se plaindre.
Mặc dù thường xuyên bị phạt, Dub vẫn hoàn thành nhiệm vụ của mình mà không phàn nàn.

Son épaule blessée s'est aggravée sans qu'il soit nécessaire de prendre soin de lui et de se reposer.
Vai bị thương của anh ngày càng nặng hơn nếu không được chăm sóc hoặc nghỉ ngơi.
Finalement, Hal a utilisé le revolver pour mettre fin aux souffrances de Dub.
Cuối cùng, Hal dùng súng lục để kết thúc sự đau khổ của Dub.
Un dicton courant dit que les chiens normaux meurent à cause des rations de husky.
Có một câu nói phổ biến rằng những con chó bình thường sẽ chết nếu ăn khẩu phần của chó husky.
Les six nouveaux compagnons de Buck n'avaient que la moitié de la part de nourriture du husky.
Sáu người bạn đồng hành mới của Buck chỉ có một nửa lượng thức ăn của loài husky.
Le Terre-Neuve est mort en premier, puis les trois braques à poil court.
Con chó Newfoundland chết đầu tiên, sau đó là ba con chó săn lông ngắn.
Les deux bâtards résistèrent plus longtemps mais finirent par périr comme les autres.
Hai con chó lai này cố gắng chống cự lâu hơn nhưng cuối cùng cũng chết như những con khác.
À cette époque, toutes les commodités et la douceur du Southland avaient disparu.
Vào thời điểm này, mọi tiện nghi và sự dịu dàng của miền Nam đã không còn nữa.
Les trois personnes avaient perdu les dernières traces de leur éducation civilisée.
Ba người này đã xóa bỏ những dấu vết cuối cùng của nền giáo dục văn minh.
Dépouillé de glamour et de romantisme, le voyage dans l'Arctique est devenu brutalement réel.
Không còn sự quyến rũ và lãng mạn, du lịch Bắc Cực trở nên thực tế đến tàn khốc.

C'était une réalité trop dure pour leur sens de la virilité et de la féminité.

Đó là một thực tế quá khắc nghiệt đối với nhận thức của họ về nam tính và nữ tính.

Mercedes ne pleurait plus pour les chiens, mais maintenant elle pleurait seulement pour elle-même.

Mercedes không còn khóc cho những chú chó nữa mà giờ đây chỉ khóc cho chính mình.

Elle passait son temps à pleurer et à se disputer avec Hal et Charles.

Bà dành thời gian để khóc lóc và cãi vã với Hal và Charles.

Se disputer était la seule chose qu'ils n'étaient jamais trop fatigués de faire.

Cãi nhau là điều duy nhất mà họ không bao giờ cảm thấy quá mệt mỏi.

Leur irritabilité provenait de la misère, grandissait avec elle et la surpassait.

Sự cáu kỉnh của họ xuất phát từ nỗi đau khổ, lớn lên cùng nỗi đau khổ và vượt qua nó.

La patience du sentier, connue de ceux qui peinent et souffrent avec bienveillance, n'est jamais venue.

Sự kiên nhẫn của chặng đường, vốn chỉ dành cho những ai lao động và chịu đựng một cách tử tế, không bao giờ đến.

Cette patience, qui garde la parole douce malgré la douleur, leur était inconnue.

Sự kiên nhẫn đó, giúp lời nói ngọt ngào hơn qua nỗi đau, là điều họ không hề biết đến.

Ils n'avaient aucune trace de patience, aucune force tirée de la souffrance avec grâce.

Họ không hề có chút kiên nhẫn nào, không hề có sức mạnh nào được rút ra từ sự đau khổ một cách thanh thản.

Ils étaient raides de douleur : leurs muscles, leurs os et leur cœur étaient douloureux.

Họ cứng đờ vì đau đớn—đau nhức ở cơ, xương và tim.

À cause de cela, ils devinrent acerbes et prompts à prononcer des paroles dures.

Vì thế, họ trở nên cay nghiệt và nhanh miệng nói những lời cay nghiệt.

Chaque jour commençait et se terminait par des voix en colère et des plaintes amères.

Mỗi ngày bắt đầu và kết thúc bằng những giọng nói giận dữ và lời phàn nàn cay đắng.

Charles et Hal se disputaient chaque fois que Mercedes leur en donnait l'occasion.

Charles và Hal cãi nhau mỗi khi Mercedes cho họ cơ hội.

Chaque homme estimait avoir fait plus que sa juste part du travail.

Mỗi người đều tin rằng mình đã làm nhiều hơn phần việc được giao.

Aucun des deux n'a jamais manqué une occasion de le dire, encore et encore.

Không ai trong số họ từng bỏ lỡ cơ hội để nói điều đó, hết lần này đến lần khác.

Parfois, Mercedes se rangeait du côté de Charles, parfois du côté de Hal.

Đôi khi Mercedes đứng về phía Charles, đôi khi lại đứng về phía Hal.

Cela a conduit à une grande et interminable querelle entre les trois.

Điều này dẫn đến một cuộc cãi vã lớn và không hồi kết giữa ba người.

Une dispute sur la question de savoir qui devait couper le bois de chauffage est devenue incontrôlable.

Một cuộc tranh cãi về việc ai nên chặt củi đã trở nên mất kiểm soát.

Bientôt, les pères, les mères, les cousins et les parents décédés ont été nommés.

Chẳng bao lâu sau, tên của cha, mẹ, anh chị em họ và người thân đã khuất cũng được nêu tên.

Les opinions de Hal sur l'art ou les pièces de son oncle sont devenues partie intégrante du combat.

Quan điểm của Hal về nghệ thuật hoặc các vở kịch của chú anh đã trở thành một phần của cuộc chiến.

Les convictions politiques de Charles sont également entrées dans le débat.
Quan điểm chính trị của Charles cũng được đưa vào cuộc tranh luận.
Pour Mercedes, même les ragots de la sœur de son mari semblaient pertinents.
Với Mercedes, ngay cả lời đồn đại của chị chồng cô cũng có vẻ liên quan.
Elle a exprimé son opinion sur ce sujet et sur de nombreux défauts de la famille de Charles.
Bà đã nêu ý kiến về vấn đề đó và về nhiều khuyết điểm của gia đình Charles.
Pendant qu'ils se disputaient, le feu restait éteint et le camp à moitié monté.
Trong lúc họ cãi nhau, lửa vẫn không được nhóm và trại vẫn chưa dựng xong.
Pendant ce temps, les chiens restaient froids et sans nourriture.
Trong khi đó, những chú chó vẫn lạnh và không có thức ăn.
Mercedes avait un grief qu'elle considérait comme profondément personnel.
Mercedes có một nỗi bất bình mà bà coi là vô cùng riêng tư.
Elle se sentait maltraitée en tant que femme, privée de ses doux privilèges.
Bà cảm thấy mình bị đối xử tệ bạc với tư cách là một người phụ nữ, bị tước mất những quyền lợi tốt đẹp của mình.
Elle était jolie et douce, et habituée à la chevalerie toute sa vie.
Cô ấy xinh đẹp, dịu dàng và đã quen với phong cách hiệp sĩ suốt cuộc đời mình.
Mais son mari et son frère la traitaient désormais avec impatience.
Nhưng chồng và anh trai bà bây giờ lại đối xử với bà một cách thiếu kiên nhẫn.
Elle avait pour habitude d'agir comme si elle était impuissante, et ils commencèrent à se plaindre.
Thói quen của cô là tỏ ra bất lực, và họ bắt đầu phàn nàn.

Offensée par cela, elle leur rendit la vie encore plus difficile.
Cảm thấy bị xúc phạm vì điều này, cô đã làm cho cuộc sống của họ trở nên khó khăn hơn.
Elle a ignoré les chiens et a insisté pour conduire elle-même le traîneau.
Cô ấy không quan tâm đến những con chó và khăng khăng đòi tự mình cưỡi xe trượt tuyết.
Bien que légère en apparence, elle pesait cent vingt livres.
Mặc dù trông có vẻ nhẹ nhàng, nhưng cô ấy nặng tới một trăm hai mươi pound.
Ce fardeau supplémentaire était trop lourd pour les chiens affamés et faibles.
Gánh nặng đó quá sức chịu đựng của những chú chó yếu ớt, đói khát.
Elle a continué à monter pendant des jours, jusqu'à ce que les chiens s'effondrent sous les rênes.
Tuy nhiên, bà vẫn cưỡi ngựa trong nhiều ngày, cho đến khi những con chó gục ngã trong dây cương.
Le traîneau s'arrêta et Charles et Hal la supplièrent de marcher.
Chiếc xe trượt tuyết dừng lại, Charles và Hal nài nỉ cô đi bộ.
Ils la supplièrent et la supplièrent, mais elle pleura et les traita de cruels.
Họ cầu xin và van xin, nhưng bà khóc lóc và gọi họ là tàn nhẫn.
À une occasion, ils l'ont tirée du traîneau avec force et colère.
Có lần, họ kéo cô ra khỏi xe trượt tuyết bằng sức mạnh và sự tức giận.
Ils n'ont plus jamais essayé après ce qui s'est passé cette fois-là.
Họ không bao giờ thử lại sau những gì đã xảy ra lần đó.
Elle devint molle comme un enfant gâté et s'assit dans la neige.
Cô ấy mềm nhũn như một đứa trẻ hư và ngồi trên tuyết.
Ils continuèrent leur chemin, mais elle refusa de se lever ou de les suivre.
Họ bước tiếp, nhưng cô ấy từ chối đứng dậy hoặc đi theo sau.

Après trois milles, ils s'arrêtèrent, revinrent et la ramenèrent.
Sau ba dặm, họ dừng lại, quay lại và cõng cô bé về.
Ils l'ont rechargée sur le traîneau, en utilisant encore une fois la force brute.
Họ lại dùng sức mạnh thô bạo để chất cô lên xe trượt tuyết.
Dans leur profonde misère, ils étaient insensibles à la souffrance des chiens.
Trong nỗi đau khổ tột cùng, họ vô cảm trước nỗi đau khổ của những chú chó.
Hal croyait qu'il fallait s'endurcir et il a imposé cette croyance aux autres.
Hal tin rằng người ta phải trở nên cứng rắn hơn và áp đặt niềm tin đó lên người khác.
Il a d'abord essayé de prêcher sa philosophie à sa sœur
Đầu tiên ông cố gắng truyền bá triết lý của mình cho chị gái mình
et puis, sans succès, il prêcha à son beau-frère.
và sau đó, không thành công, ông đã thuyết giảng cho anh rể của mình.
Il a eu plus de succès avec les chiens, mais seulement parce qu'il leur a fait du mal.
Ông thành công hơn với những con chó, nhưng chỉ vì ông làm chúng bị thương.
Chez Five Fingers, la nourriture pour chiens est complètement épuisée.
Ở Five Fingers, thức ăn cho chó đã hết sạch.
Une vieille squaw édentée a vendu quelques kilos de peau de cheval congelée
Một bà già không răng đã bán một vài pound da ngựa đông lạnh
Hal a échangé son revolver contre la peau de cheval séchée.
Hal đổi khẩu súng lục của mình để lấy tấm da ngựa khô.
La viande provenait de chevaux affamés d'éleveurs de bétail des mois auparavant.
Thịt này được lấy từ những con ngựa đói của người chăn nuôi từ nhiều tháng trước.

Gelée, la peau était comme du fer galvanisé ; dure et immangeable.
Khi bị đông lạnh, lớp da trông giống như sắt mạ kẽm; dai và không thể ăn được.
Les chiens devaient mâcher la peau sans fin pour la manger.
Những con chó phải nhai liên tục tấm da để ăn nó.
Mais les cordes en cuir et les cheveux courts n'étaient guère une nourriture.
Nhưng những sợi dây da và lông ngắn này khó có thể là nguồn dinh dưỡng.
La majeure partie de la peau était irritante et ne constituait pas véritablement de la nourriture.
Hầu hết lớp da đều gây khó chịu và không thực sự là thức ăn.
Et pendant tout ce temps, Buck titubait en tête, comme dans un cauchemar.
Và trong suốt chuyến đi, Buck loạng choạng đi về phía trước, như thể đang trong cơn ác mộng.
Il tirait quand il le pouvait ; quand il ne le pouvait pas, il restait allongé jusqu'à ce qu'un fouet ou un gourdin le relève.
Anh ta kéo khi có thể; khi không thể, anh ta nằm cho đến khi bị roi hoặc dùi cui đánh thức.
Son pelage fin et brillant avait perdu toute sa rigidité et son éclat d'autrefois.
Bộ lông bóng mượt, mịn màng của nó đã mất đi độ cứng và bóng như trước.
Ses cheveux pendaient, mous, en bataille et coagulés par le sang séché des coups.
Tóc anh ta rũ xuống, bết lại và dính đầy máu khô từ những cú đánh.
Ses muscles se sont réduits à l'état de cordes et ses coussinets de chair étaient tous usés.
Cơ bắp của ông co lại thành từng sợi, và các miếng thịt đều bị mòn đi.
Chaque côte, chaque os apparaissait clairement à travers les plis de la peau ridée.

Từng chiếc xương sườn, từng chiếc xương hiện rõ qua những nếp da nhăn nheo.

C'était déchirant, mais le cœur de Buck ne pouvait pas se briser.

Thật đau lòng, nhưng trái tim Buck không thể tan vỡ.

L'homme au pull rouge avait testé cela et l'avait prouvé il y a longtemps.

Người đàn ông mặc áo len đỏ đã thử nghiệm và chứng minh điều đó từ lâu rồi.

Comme ce fut le cas pour Buck, ce fut le cas pour tous ses coéquipiers restants.

Giống như Buck, tất cả đồng đội còn lại của anh cũng vậy.

Il y en avait sept au total, chacun étant un squelette ambulant de misère.

Tổng cộng có bảy người, mỗi người là một bộ xương biết đi đầy đau khổ.

Ils étaient devenus insensibles au fouet, ne ressentant qu'une douleur lointaine.

Họ đã trở nên tê liệt, chỉ cảm thấy nỗi đau ở xa.

Même la vue et le son leur parvenaient faiblement, comme à travers un épais brouillard.

Ngay cả hình ảnh và âm thanh cũng chỉ đến được với họ một cách mờ nhạt, như qua một màn sương mù dày đặc.

Ils n'étaient pas à moitié vivants : c'étaient des os avec de faibles étincelles à l'intérieur.

Họ không còn sống nữa—họ chỉ còn là những bộ xương với những tia lửa mờ nhạt bên trong.

Lorsqu'ils s'arrêtèrent, ils s'effondrèrent comme des cadavres, leurs étincelles presque éteintes.

Khi dừng lại, chúng ngã gục như xác chết, tia lửa gần như biến mất.

Et lorsque le fouet ou le gourdin frappaient à nouveau, les étincelles voltigeaient faiblement.

Và khi roi hay dùi cui đánh lại, những tia lửa yếu ớt rung lên.

Puis ils se levèrent, titubèrent en avant et traînèrent leurs membres en avant.

Sau đó, họ đứng dậy, loạng choạng tiến về phía trước và lê chân tay về phía trước.

Un jour, le gentil Billee tomba et ne put plus se relever du tout.

Một ngày nọ, Billee tốt bụng bị ngã và không thể tự đứng dậy được nữa.

Hal avait échangé son revolver, alors il a utilisé une hache pour tuer Billee à la place.

Hal đã đổi khẩu súng lục của mình, vì vậy anh ta dùng rìu để giết Billee.

Il le frappa à la tête, puis lui coupa le corps et le traîna.

Anh ta đánh vào đầu anh ta, sau đó cắt cơ thể anh ta ra và kéo đi.

Buck vit cela, et les autres aussi ; ils savaient que la mort était proche.

Buck nhìn thấy điều này, và những người khác cũng vậy; họ biết cái chết đã gần kề.

Le lendemain, Koona partit, ne laissant que cinq chiens dans l'équipe affamée.

Ngày hôm sau Koona ra đi, chỉ còn lại năm chú chó trong đội đang đói khát.

Joe, qui n'était plus méchant, était trop loin pour se rendre compte de quoi que ce soit.

Joe, không còn xấu tính nữa, đã đi quá xa và không còn nhận thức được nhiều điều nữa.

Pike, ne faisant plus semblant d'être blessé, était à peine conscient.

Pike không còn giả vờ bị thương nữa và gần như đã tỉnh lại.

Solleks, toujours fidèle, se lamentait de ne plus avoir de force à donner.

Solleks, vẫn trung thành, than khóc vì không còn sức lực để cống hiến.

Teek a été le plus battu parce qu'il était plus frais, mais qu'il s'estompait rapidement.

Teek bị đánh bại chủ yếu vì anh ta tươi tắn hơn nhưng lại yếu đi rất nhanh.

Et Buck, toujours en tête, ne maintenait plus l'ordre ni ne le faisait respecter.
Và Buck, vẫn dẫn đầu, không còn giữ trật tự hoặc thực thi trật tự nữa.
À moitié aveugle à cause de sa faiblesse, Buck suivit la piste au toucher seul.
Nửa mù nửa tỉnh vì yếu, Buck lần theo dấu vết chỉ bằng cảm giác.
C'était un beau temps printanier, mais aucun d'entre eux ne l'a remarqué.
Thời tiết mùa xuân rất đẹp, nhưng không ai để ý đến điều đó.
Chaque jour, le soleil se levait plus tôt et se couchait plus tard qu'avant.
Mỗi ngày, mặt trời mọc sớm hơn và lặn muộn hơn.
À trois heures du matin, l'aube était arrivée ; le crépuscule durait jusqu'à neuf heures.
Đến ba giờ sáng, bình minh đã tới; hoàng hôn kéo dài đến chín giờ.
Les longues journées étaient remplies du plein soleil printanier.
Những ngày dài tràn ngập ánh nắng rực rỡ của mùa xuân.
Le silence fantomatique de l'hiver s'était transformé en un murmure chaleureux.
Sự im lặng ma quái của mùa đông đã chuyển thành tiếng thì thầm ấm áp.
Toute la terre s'éveillait, animée par la joie des êtres vivants.
Cả vùng đất như thức giấc, tràn đầy niềm vui của sự sống.
Le bruit provenait de ce qui était resté mort et immobile pendant l'hiver.
Âm thanh đó phát ra từ thứ gì đó đã chết và bất động suốt mùa đông.
Maintenant, ces choses bougeaient à nouveau, secouant le long sommeil de gel.
Bây giờ, những thứ đó lại chuyển động, rũ bỏ giấc ngủ dài trong sương giá.
La sève montait à travers les troncs sombres des pins en attente.

Nhựa cây đang trào ra qua những thân cây thông sẫm màu đang chờ đợi.

Les saules et les trembles font apparaître de jeunes bourgeons brillants sur chaque brindille.

Cây liễu và cây dương nảy ra những nụ non tươi sáng trên mỗi cành.

Les arbustes et les vignes se parent d'un vert frais tandis que les bois prennent vie.

Cây bụi và dây leo khoác lên mình màu xanh tươi khi khu rừng trở nên sống động.

Les grillons chantaient la nuit et les insectes rampaient au soleil.

Tiếng dế kêu vào ban đêm và côn trùng bò dưới ánh nắng ban ngày.

Les perdrix résonnaient et les pics frappaient profondément dans les arbres.

Chim gáy vang, và chim gõ kiến gõ sâu vào trong các thân cây.

Les écureuils bavardaient, les oiseaux chantaient et les oies klaxonnaient au-dessus des chiens.

Sóc kêu ríu rít, chim hót líu lo và ngỗng kêu át tiếng chó.

Les oiseaux sauvages arrivaient en groupes serrés, volant vers le haut depuis le sud.

Các loài chim hoang dã bay đến theo từng đàn sắc nhọn từ phía nam.

De chaque colline venait la musique des ruisseaux cachés et impétueux.

Từ mỗi sườn đồi vọng đến âm thanh của những dòng suối chảy xiết ẩn hiện.

Toutes choses ont dégelé et se sont brisées, se sont pliées et ont repris leur mouvement.

Mọi thứ tan ra và vỡ ra, cong lại và chuyển động trở lại.

Le Yukon s'efforçait de briser les chaînes de froid de la glace gelée.

Dòng sông Yukon cố gắng phá vỡ những chuỗi băng giá lạnh giá.

La glace fondait en dessous, tandis que le soleil la faisait fondre par le dessus.
Băng tan bên dưới, trong khi mặt trời làm tan băng từ phía trên.
Des trous d'aération se sont ouverts, des fissures se sont propagées et des morceaux sont tombés dans la rivière.
Các lỗ thông hơi mở ra, các vết nứt lan rộng và những khối đá rơi xuống sông.
Au milieu de toute cette vie débordante et flamboyante, les voyageurs titubaient.
Giữa cuộc sống sôi động và náo nhiệt này, những lữ khách đều lảo đảo.
Deux hommes, une femme et une meute de huskies marchaient comme des morts.
Hai người đàn ông, một người phụ nữ và một đàn chó husky đi như chết.
Les chiens tombaient, Mercedes pleurait, mais continuait à conduire le traîneau.
Những con chó ngã xuống, Mercedes khóc, nhưng vẫn tiếp tục cưỡi xe trượt tuyết.
Hal jura faiblement et Charles cligna des yeux à travers ses yeux larmoyants.
Hal yếu ớt chửi thề, còn Charles chớp mắt với đôi mắt đẫm lệ.
Ils tombèrent sur le camp de John Thornton à l'embouchure de la rivière White.
Họ tình cờ đi vào trại của John Thornton ở cửa sông White.
Lorsqu'ils s'arrêtèrent, les chiens s'effondrèrent, comme s'ils étaient tous morts.
Khi họ dừng lại, những con chó nằm rạp xuống, như thể tất cả đều chết hết.
Mercedes essuya ses larmes et regarda John Thornton.
Mercedes lau nước mắt và nhìn sang John Thornton.
Charles s'assit sur une bûche, lentement et raidement, souffrant du sentier.
Charles ngồi trên một khúc gỗ, chậm rãi và cứng đờ, đau nhức vì đường dài.

Hal parlait pendant que Thornton sculptait l'extrémité d'un manche de hache.

Hal vừa nói vừa dùng tay khoét một đầu cán rìu.

Il taillait du bois de bouleau et répondait par des réponses brèves et fermes.

Ông đẽo gỗ bạch dương và trả lời bằng những câu trả lời ngắn gọn nhưng chắc chắn.

Lorsqu'on lui a demandé son avis, il a donné des conseils, certain qu'ils ne seraient pas suivis.

Khi được hỏi, ông đã đưa ra lời khuyên, nhưng chắc chắn rằng lời khuyên đó sẽ không được thực hiện.

Hal a expliqué : « Ils nous ont dit que la glace du sentier disparaissait. »

Hal giải thích, "Họ nói với chúng tôi rằng băng tuyết đang tan dần."

« Ils ont dit que nous devions rester sur place, mais nous sommes arrivés à White River. »

"Họ bảo chúng tôi nên ở lại—nhưng chúng tôi đã đến White River."

Il a terminé sur un ton moqueur, comme pour crier victoire dans les difficultés.

Ông ta kết thúc bằng giọng điệu khinh thường, như thể đang tuyên bố chiến thắng trong khó khăn.

« Et ils t'ont dit la vérité », répondit doucement John Thornton à Hal.

"Và họ đã nói đúng," John Thornton trả lời Hal một cách nhẹ nhàng.

« La glace peut céder à tout moment, elle est prête à tomber. »

"Băng có thể vỡ bất cứ lúc nào—nó sẵn sàng rơi ra."

« Seuls un peu de chance et des imbéciles ont pu arriver jusqu'ici en vie. »

"Chỉ có sự may mắn mù quáng và những kẻ ngốc mới có thể sống sót đến tận đây."

« Je vous le dis franchement, je ne risquerais pas ma vie pour tout l'or de l'Alaska. »

"Tôi nói thẳng với anh, tôi sẽ không mạo hiểm mạng sống của mình để đổi lấy toàn bộ vàng của Alaska đâu."

« C'est parce que tu n'es pas un imbécile, je suppose », répondit Hal.

"Tôi cho là vì anh không phải là kẻ ngốc," Hal trả lời.

« Tout de même, nous irons à Dawson. » Il déroula son fouet.

"Dù sao thì chúng ta vẫn sẽ đi đến Dawson." Anh ta tháo roi ra.

« Monte là-haut, Buck ! Salut ! Debout ! Vas-y ! » cria-t-il durement.

"Lên đó đi, Buck! Xin chào! Lên đi! Tiến lên!" anh ta hét lớn.

Thornton continuait à tailler, sachant que les imbéciles n'entendraient pas la raison.

Thornton tiếp tục gọt giũa, biết rằng kẻ ngốc sẽ không nghe lý lẽ.

Arrêter un imbécile était futile, et deux ou trois imbéciles ne changeaient rien.

Ngăn cản một kẻ ngốc là vô ích—và hai hoặc ba kẻ bị lừa cũng chẳng thay đổi được gì.

Mais l'équipe n'a pas bougé au son de l'ordre de Hal.

Nhưng cả đội không di chuyển theo lệnh của Hal.

Désormais, seuls les coups pouvaient les faire se relever et avancer.

Lúc này, chỉ có những cú đánh mới có thể khiến chúng đứng dậy và tiến về phía trước.

Le fouet claquait encore et encore sur les chiens affaiblis.

Chiếc roi quất liên hồi vào những con chó yếu ớt.

John Thornton serra fermement ses lèvres et regarda en silence.

John Thornton mím chặt môi và im lặng quan sát.

Solleks fut le premier à se relever sous le fouet.

Solleks là người đầu tiên bò dậy dưới roi.

Puis Teek le suivit, tremblant. Joe poussa un cri en se relevant.

Rồi Teek chạy theo, run rẩy. Joe hét lên khi loạng choạng đứng dậy.

Pike a essayé de se relever, a échoué deux fois, puis est finalement resté debout, chancelant.
Pike cố gắng đứng dậy, thất bại hai lần, rồi cuối cùng đứng không vững.

Mais Buck resta là où il était tombé, sans bouger du tout cette fois.
Nhưng Buck vẫn nằm nguyên tại chỗ, không hề nhúc nhích.

Le fouet le frappait à plusieurs reprises, mais il ne faisait aucun bruit.
Cái roi quất liên tục vào anh ta, nhưng anh ta không hề kêu một tiếng nào.

Il n'a pas bronché ni résisté, il est simplement resté immobile et silencieux.
Anh ta không hề nao núng hay chống cự, chỉ đứng yên và im lặng.

Thornton remua plus d'une fois, comme pour parler, mais ne le fit pas.
Thornton liên tục cựa quậy như muốn nói gì đó, nhưng rồi lại thôi.

Ses yeux s'humidifièrent, et le fouet continuait à claquer contre Buck.
Đôi mắt anh đẫm lệ, nhưng roi vẫn quất vào Buck.

Finalement, Thornton commença à marcher lentement, ne sachant pas quoi faire.
Cuối cùng, Thornton bắt đầu bước đi chậm rãi, không biết phải làm gì.

C'était la première fois que Buck échouait, et Hal devint furieux.
Đó là lần đầu tiên Buck thất bại và Hal vô cùng tức giận.

Il a jeté le fouet et a pris la lourde massue à la place.
Anh ta vứt roi xuống và cầm lấy cây gậy nặng.

Le club en bois s'abattit violemment, mais Buck ne se releva toujours pas pour bouger.
Cây gậy gỗ giáng mạnh xuống, nhưng Buck vẫn không đứng dậy để di chuyển.

Comme ses coéquipiers, il était trop faible, mais plus que cela.

Giống như các đồng đội của mình, anh ấy quá yếu—nhưng còn hơn thế nữa.

Buck avait décidé de ne pas bouger, quoi qu'il arrive.

Buck đã quyết định không di chuyển, bất kể chuyện gì xảy ra tiếp theo.

Il sentait quelque chose de sombre et de certain planer juste devant lui.

Anh cảm thấy có thứ gì đó đen tối và chắc chắn đang lơ lửng ngay phía trước.

Cette peur l'avait saisi dès qu'il avait atteint la rive du fleuve.

Nỗi sợ hãi đã xâm chiếm anh ngay khi anh tới bờ sông.

Cette sensation ne l'avait pas quitté depuis qu'il sentait la glace s'amincir sous ses pattes.

Cảm giác đó vẫn còn nguyên vẹn kể từ lúc anh cảm thấy lớp băng mỏng dưới bàn chân mình.

Quelque chose de terrible l'attendait – il le sentait juste au bout du sentier.

Có điều gì đó khủng khiếp đang chờ đợi anh - anh cảm thấy nó ngay trên con đường mòn.

Il n'allait pas marcher vers cette terrible chose devant lui.

Anh ấy sẽ không bước về phía thứ khủng khiếp phía trước

Il n'allait pas obéir à un quelconque ordre qui le conduirait à cette chose.

Anh ta sẽ không tuân theo bất kỳ mệnh lệnh nào đưa anh ta đến nơi đó.

La douleur des coups ne l'atteignait plus guère, il était trop loin.

Cơn đau từ những cú đánh giờ đây hầu như không còn tác động đến anh nữa - anh đã đi quá xa rồi.

L'étincelle de vie vacillait faiblement, s'affaiblissant sous chaque coup cruel.

Tia lửa của sự sống yếu dần, mờ dần sau mỗi đòn tấn công tàn khốc.

Ses membres semblaient lointains ; tout son corps semblait appartenir à un autre.

Tứ chi của anh cảm thấy xa xôi; toàn bộ cơ thể dường như thuộc về một người khác.
Il ressentit un étrange engourdissement alors que la douleur disparaissait complètement.
Anh cảm thấy một cảm giác tê liệt lạ lùng khi cơn đau biến mất hoàn toàn.
De loin, il sentait qu'il était battu, mais il le savait à peine.
Từ xa, anh cảm nhận được mình đang bị đánh, nhưng anh hầu như không biết.
Il pouvait entendre les coups sourds faiblement, mais ils ne faisaient plus vraiment mal.
Anh có thể nghe thấy tiếng động rất nhỏ, nhưng chúng không còn thực sự gây đau nữa.
Les coups ont porté, mais son corps ne semblait plus être le sien.
Những đòn đánh giáng xuống, nhưng cơ thể anh dường như không còn là của riêng anh nữa.
Puis, soudain, sans prévenir, John Thornton poussa un cri sauvage.
Rồi đột nhiên, không báo trước, John Thornton hét lên một tiếng thảm thiết.
C'était inarticulé, plus le cri d'une bête que celui d'un homme.
Tiếng kêu đó không rõ ràng, giống tiếng kêu của loài thú hơn là tiếng kêu của con người.
Il sauta sur l'homme avec la massue et renversa Hal en arrière.
Anh ta nhảy vào người đàn ông cầm dùi cui và đánh Hal ngã về phía sau.
Hal vola comme s'il avait été frappé par un arbre, atterrissant durement sur le sol.
Hal bay đi như thể bị cây đập vào, đáp mạnh xuống đất.
Mercedes a crié de panique et s'est agrippée au visage.
Mercedes hét lên trong hoảng loạn và ôm chặt mặt.
Charles se contenta de regarder, s'essuya les yeux et resta assis.
Charles chỉ nhìn, lau mắt rồi ngồi im.

Son corps était trop raide à cause de la douleur pour se lever ou aider au combat.
Cơ thể ông quá cứng đờ vì đau đớn đến nỗi không thể đứng dậy hoặc tham gia chiến đấu.

Thornton se tenait au-dessus de Buck, tremblant de fureur, incapable de parler.
Thornton đứng trên Buck, run rẩy vì giận dữ, không nói nên lời.

Il tremblait de rage et luttait pour trouver sa voix à travers elle.
Anh ta run lên vì giận dữ và cố gắng tìm lại giọng nói của mình.

« Si tu frappes encore ce chien, je te tue », dit-il finalement.
Cuối cùng anh ta nói: "Nếu mày còn đánh con chó đó nữa, tao sẽ giết mày".

Hal essuya le sang de sa bouche et s'avança à nouveau.
Hal lau máu trên miệng và tiến về phía trước lần nữa.

« C'est mon chien », murmura-t-il. « Dégage, ou je te répare. »
"Đó là chó của tôi," anh ta lẩm bẩm. "Tránh ra, nếu không tôi sẽ xử anh."

« Je vais à Dawson, et vous ne m'en empêcherez pas », a-t-il ajouté.
"Tôi sẽ đến Dawson, và anh không được phép ngăn cản tôi", ông nói thêm.

Thornton se tenait fermement entre Buck et le jeune homme en colère.
Thornton đứng vững giữa Buck và chàng trai trẻ giận dữ.

Il n'avait aucune intention de s'écarter ou de laisser passer Hal.
Anh ta không có ý định tránh sang một bên hoặc để Hal đi qua.

Hal sortit son couteau de chasse, long et dangereux à la main.
Hal rút con dao săn của mình ra, dài và nguy hiểm trong tay.

Mercedes a crié, puis pleuré, puis ri dans une hystérie sauvage.

Mercedes hét lên, rồi khóc, rồi cười trong cơn cuồng loạn dữ dội.

Thornton frappa la main de Hal avec le manche de sa hache, fort et vite.

Thornton đánh vào tay Hal bằng cán rìu, mạnh và nhanh.

Le couteau s'est détaché de la main de Hal et a volé au sol.

Con dao tuột khỏi tay Hal và bay xuống đất.

Hal essaya de ramasser le couteau, et Thornton frappa à nouveau ses jointures.

Hal cố nhặt con dao lên nhưng Thornton lại gõ vào đốt ngón tay anh.

Thornton se baissa alors, attrapa le couteau et le tint.

Sau đó Thornton cúi xuống, cầm lấy con dao và giữ chặt.

D'un coup rapide de manche de hache, il coupa les rênes de Buck.

Anh ta chặt nhanh hai nhát cán rìu và cắt đứt dây cương của Buck.

Hal n'avait plus aucune résistance et s'éloigna du chien.

Hal không còn sức chiến đấu nữa và lùi xa con chó.

De plus, Mercedes avait désormais besoin de ses deux bras pour se maintenir debout.

Hơn nữa, Mercedes bây giờ cần cả hai tay để giữ thăng bằng.

Buck était trop proche de la mort pour pouvoir à nouveau tirer un traîneau.

Buck đã quá gần cái chết để có thể tiếp tục kéo xe trượt tuyết.

Quelques minutes plus tard, ils se sont retirés et ont descendu la rivière.

Vài phút sau, họ rời đi và đi về phía hạ lưu sông.

Buck leva faiblement la tête et les regarda quitter la banque.

Buck yếu ớt ngẩng đầu lên và nhìn họ rời khỏi bờ.

Pike a mené l'équipe, avec Solleks à l'arrière dans la roue.

Pike dẫn đầu nhóm, còn Solleks ở phía sau trong vị trí bánh xe.

Joe et Teek marchaient entre eux, tous deux boitant d'épuisement.

Joe và Teek đi ở giữa, cả hai đều khập khiễng vì kiệt sức.

Mercedes s'assit sur le traîneau et Hal saisit le long mât.

Mercedes ngồi trên xe trượt tuyết, còn Hal nắm chặt cần lái dài.

Charles trébuchait derrière, ses pas maladroits et incertains.
Charles loạng choạng đi theo phía sau, bước chân vụng về và không chắc chắn.

Thornton s'agenouilla près de Buck et chercha doucement des os cassés.
Thornton quỳ xuống bên Buck và nhẹ nhàng kiểm tra xem có xương gãy nào không.

Ses mains étaient rudes mais bougeaient avec gentillesse et attention.
Đôi bàn tay của ông thô ráp nhưng cử động một cách ân cần và cẩn thận.

Le corps de Buck était meurtri mais ne présentait aucune blessure durable.
Cơ thể của Buck bị bầm tím nhưng không có thương tích lâu dài.

Ce qui restait, c'était une faim terrible et une faiblesse quasi totale.
Những gì còn lại là cơn đói khủng khiếp và sự suy nhược gần như hoàn toàn.

Au moment où cela fut clair, le traîneau était déjà loin en aval.
Khi nhận ra điều này thì chiếc xe trượt tuyết đã đi khá xa về phía hạ lưu.

L'homme et le chien regardaient le traîneau ramper lentement sur la glace fissurée.
Người đàn ông và chú chó dõi theo chiếc xe trượt tuyết từ từ bò trên lớp băng nứt nẻ.

Puis, ils virent le traîneau s'enfoncer dans un creux.
Sau đó, họ thấy chiếc xe trượt tuyết chìm xuống một cái hố.

Le mât s'est envolé, Hal s'y accrochant toujours en vain.
Cột buồm bay lên, Hal vẫn bám vào nó một cách vô ích.

Le cri de Mercedes les atteignit à travers la distance froide.
Tiếng hét của Mercedes vang vọng khắp khoảng cách lạnh giá.

Charles se retourna et recula, mais il était trop tard.
Charles quay lại và bước lùi lại—nhưng đã quá muộn.

Une calotte glaciaire entière a cédé et ils sont tous tombés à travers.
Cả một tảng băng vỡ ra và tất cả bọn họ đều rơi xuống.

Les chiens, le traîneau et les gens ont disparu dans l'eau noire en contrebas.
Chó, xe trượt tuyết và người đều biến mất vào làn nước đen bên dưới.

Il ne restait qu'un large trou dans la glace là où ils étaient passés.
Chỉ còn lại một lỗ hổng rộng trên băng ở nơi họ đi qua.

Le fond du sentier s'était affaissé, comme Thornton l'avait prévenu.
Đáy đường mòn đã dốc xuống—đúng như Thornton đã cảnh báo.

Thornton et Buck se regardèrent, silencieux pendant un moment.
Thornton và Buck nhìn nhau, im lặng một lúc.

« Pauvre diable », dit doucement Thornton, et Buck lui lécha la main.
"Đồ khốn khổ," Thornton nhẹ nhàng nói, và Buck liếm tay anh.

Pour l'amour d'un homme
Vì tình yêu của một người đàn ông

John Thornton s'est gelé les pieds dans le froid du mois de décembre précédent.
John Thornton bị cóng chân trong cái lạnh của tháng 12 năm trước.
Ses partenaires l'ont mis à l'aise et l'ont laissé se rétablir seul.
Các cộng sự của ông giúp ông cảm thấy thoải mái và để ông tự hồi phục.
Ils remontèrent la rivière pour rassembler un radeau de billes de bois pour Dawson.
Họ đi ngược dòng sông để gom một bè gỗ xẻ về Dawson.
Il boitait encore légèrement lorsqu'il a sauvé Buck de la mort.
Anh ấy vẫn còn khập khiễng một chút khi cứu Buck khỏi cái chết.
Mais avec le temps chaud qui continue, même cette boiterie a disparu.
Nhưng khi thời tiết ấm áp tiếp tục, ngay cả sự khập khiễng đó cũng biến mất.
Allongé au bord de la rivière pendant les longues journées de printemps, Buck se reposait.
Nằm bên bờ sông trong những ngày xuân dài, Buck nghỉ ngơi.
Il regardait l'eau couler et écoutait les oiseaux et les insectes.
Ông ngắm nhìn dòng nước chảy và lắng nghe tiếng chim và côn trùng.
Lentement, Buck reprit ses forces sous le soleil et le ciel.
Buck dần lấy lại sức lực dưới ánh mặt trời và bầu trời.
Un repos merveilleux après avoir parcouru trois mille kilomètres.
Cảm giác nghỉ ngơi thật tuyệt vời sau chuyến đi ba ngàn dặm.
Buck est devenu paresseux à mesure que ses blessures guérissaient et que son corps se remplissait.
Buck trở nên lười biếng khi vết thương của nó lành lại và cơ thể nó phát triển.

Ses muscles se raffermirent et la chair revint recouvrir ses os.
Cơ bắp của ông trở nên săn chắc và thịt đã mọc lại để che phủ xương.
Ils se reposaient tous : Buck, Thornton, Skeet et Nig.
Tất cả bọn họ đều đang nghỉ ngơi—Buck, Thornton, Skeet và Nig.
Ils attendaient le radeau qui allait les transporter jusqu'à Dawson.
Họ chờ chiếc bè sẽ đưa họ xuống Dawson.
Skeet était un petit setter irlandais qui s'est lié d'amitié avec Buck.
Skeet là một chú chó săn nhỏ người Ireland đã kết bạn với Buck.
Buck était trop faible et malade pour lui résister lors de leur première rencontre.
Buck quá yếu và bệnh để có thể cưỡng lại cô trong lần gặp đầu tiên.
Skeet avait le trait de guérisseur que certains chiens possèdent naturellement.
Skeet có đặc điểm chữa bệnh mà một số loài chó khác vốn có.
Comme une mère chatte, elle lécha et nettoya les blessures à vif de Buck.
Giống như một con mèo mẹ, cô liếm và rửa sạch những vết thương hở của Buck.
Chaque matin, après le petit-déjeuner, elle répétait son travail minutieux.
Mỗi sáng sau khi ăn sáng, cô lại lặp lại công việc cẩn thận của mình.
Buck s'attendait à son aide autant qu'à celle de Thornton.
Buck mong đợi sự giúp đỡ của cô nhiều như mong đợi của Thornton.
Nig était également amical, mais moins ouvert et moins affectueux.
Nig cũng thân thiện nhưng ít cởi mở và ít tình cảm hơn.
Nig était un gros chien noir, à la fois chien de Saint-Hubert et chien de chasse.

Nig là một con chó đen to lớn, một phần là chó săn và một phần là chó săn nai.
Il avait des yeux rieurs et une infinie bonne nature dans son esprit.
Ông có đôi mắt biết cười và bản tính tốt bụng vô tận.
À la surprise de Buck, aucun des deux chiens n'a montré de jalousie envers lui.
Điều khiến Buck ngạc nhiên là không có con chó nào tỏ ra ghen tị với nó.
Skeet et Nig ont tous deux partagé la gentillesse de John Thornton.
Cả Skeet và Nig đều nhận được lòng tốt của John Thornton.
À mesure que Buck devenait plus fort, ils l'ont attiré dans des jeux de chiens stupides.
Khi Buck trở nên mạnh mẽ hơn, họ dụ nó vào những trò chơi chó ngu ngốc.
Thornton jouait souvent avec eux aussi, incapable de résister à leur joie.
Thornton cũng thường chơi với chúng, không thể cưỡng lại niềm vui của chúng.
De cette manière ludique, Buck est passé de la maladie à une nouvelle vie.
Bằng cách vui tươi này, Buck đã vượt qua bệnh tật và bắt đầu một cuộc sống mới.
L'amour – un amour véritable, brûlant et passionné – était enfin à lui.
Tình yêu - tình yêu chân thành, cháy bỏng và nồng nàn - cuối cùng đã thuộc về anh.
Il n'avait jamais connu ce genre d'amour dans le domaine de Miller.
Anh chưa bao giờ biết đến tình yêu như thế này ở điền trang của Miller.
Avec les fils du juge, il avait partagé le travail et l'aventure.
Ông đã cùng chia sẻ công việc và cuộc phiêu lưu với các con trai của Thẩm phán.
Chez les petits-fils, il vit une fierté raide et vantarde.

Ở những đứa cháu trai, ông thấy sự kiêu hãnh cứng nhắc và khoe khoang.
Il entretenait avec le juge Miller lui-même une amitié respectueuse.
Với chính Thẩm phán Miller, ông đã có một tình bạn đáng trân trọng.
Mais l'amour qui était feu, folie et adoration est venu avec Thornton.
Nhưng tình yêu như ngọn lửa, sự điên cuồng và sự tôn thờ đã đến cùng Thornton.
Cet homme avait sauvé la vie de Buck, et cela seul signifiait beaucoup.
Người đàn ông này đã cứu mạng Buck, và chỉ riêng điều đó cũng có ý nghĩa rất lớn.
Mais plus que cela, John Thornton était le type de maître idéal.
Nhưng hơn thế nữa, John Thornton chính là mẫu người thầy lý tưởng.
D'autres hommes s'occupaient de chiens par devoir ou par nécessité professionnelle.
Những người đàn ông khác chăm sóc chó vì nhiệm vụ hoặc nhu cầu công việc.
John Thornton prenait soin de ses chiens comme s'ils étaient ses enfants.
John Thornton chăm sóc những chú chó của mình như thể chúng là con của ông.
Il prenait soin d'eux parce qu'il les aimait et qu'il ne pouvait tout simplement pas s'en empêcher.
Ông chăm sóc họ vì ông yêu họ và không thể làm gì khác được.
John Thornton a vu encore plus loin que la plupart des hommes n'ont jamais réussi à voir.
John Thornton thậm chí còn nhìn xa hơn hầu hết những gì con người có thể nhìn thấy.
Il n'oubliait jamais de les saluer gentiment ou de leur adresser un mot d'encouragement.

Ông không bao giờ quên chào hỏi họ một cách tử tế hoặc nói một lời động viên.

Il adorait s'asseoir avec les chiens pour de longues conversations, ou « gazeuses », comme il disait.

Ông thích ngồi nói chuyện với những chú chó trong thời gian dài, hay "nói chuyện phiếm" như ông nói.

Il aimait saisir brutalement la tête de Buck entre ses mains fortes.

Anh ta thích túm chặt đầu Buck bằng đôi bàn tay khỏe mạnh của mình.

Puis il posa sa tête contre celle de Buck et le secoua doucement.

Sau đó, anh tựa đầu mình vào đầu Buck và lắc nhẹ.

Pendant tout ce temps, il traitait Buck de noms grossiers qui signifiaient de l'amour pour Buck.

Trong suốt thời gian đó, anh ta gọi Buck bằng những cái tên thô lỗ nhưng lại có ý nghĩa yêu thương Buck.

Pour Buck, cette étreinte brutale et ces mots ont apporté une joie profonde.

Với Buck, cái ôm thô bạo và những lời nói đó mang lại niềm vui sâu sắc.

Son cœur semblait se déchaîner de bonheur à chaque mouvement.

Trái tim anh dường như rung lên vì hạnh phúc với mỗi chuyển động.

Lorsqu'il se releva ensuite, sa bouche semblait rire.

Khi anh ta nhảy lên sau đó, miệng anh ta trông như đang cười.

Ses yeux brillaient et sa gorge tremblait d'une joie inexprimée.

Đôi mắt anh sáng lên và cổ họng anh run lên vì niềm vui không nói thành lời.

Son sourire resta figé dans cet état d'émotion et d'affection rayonnante.

Nụ cười của anh vẫn đứng im trong trạng thái cảm xúc và tình cảm rạng rỡ đó.

Thornton s'exclama alors pensivement : « Mon Dieu ! Il peut presque parler ! »
Sau đó Thornton thốt lên đầy suy tư, "Chúa ơi! Anh ấy gần như có thể nói được!"
Buck avait une étrange façon d'exprimer son amour qui causait presque de la douleur.
Buck có cách thể hiện tình yêu kỳ lạ đến mức gần như gây ra đau đớn.
Il serrait souvent très fort la main de Thornton entre ses dents.
Anh ta thường cắn chặt tay Thornton.
La morsure allait laisser des marques profondes qui resteraient un certain temps après.
Vết cắn sẽ để lại dấu vết sâu và tồn tại trong một thời gian sau đó.
Buck croyait que ces serments étaient de l'amour, et Thornton savait la même chose.
Buck tin rằng những lời thề đó là tình yêu, và Thornton cũng biết như vậy.
Le plus souvent, l'amour de Buck se manifestait par une adoration silencieuse, presque silencieuse.
Thông thường, tình yêu của Buck được thể hiện bằng sự tôn thờ lặng lẽ, gần như im lặng.
Bien qu'il soit ravi lorsqu'on le touche ou qu'on lui parle, il ne cherche pas à attirer l'attention.
Mặc dù rất thích thú khi được chạm vào hoặc nói chuyện, nhưng chú không tìm kiếm sự chú ý.
Skeet a poussé son nez sous la main de Thornton jusqu'à ce qu'il la caresse.
Skeet dụi mũi vào tay Thornton cho đến khi anh vuốt ve cô.
Nig s'approcha tranquillement et posa sa grosse tête sur le genou de Thornton.
Nig lặng lẽ bước tới và tựa cái đầu to của mình vào đầu gối Thornton.
Buck, au contraire, se contentait d'aimer à distance respectueuse.

Ngược lại, Buck hài lòng khi yêu từ một khoảng cách tôn trọng.

Il resta allongé pendant des heures aux pieds de Thornton, alerte et observant attentivement.

Anh ta nằm hàng giờ dưới chân Thornton, cảnh giác và quan sát chặt chẽ.

Buck étudiait chaque détail du visage de son maître et le moindre mouvement.

Buck nghiên cứu từng chi tiết trên khuôn mặt và từng chuyển động nhỏ nhất của chủ nhân.

Ou bien il était allongé plus loin, étudiant la silhouette de l'homme en silence.

Hoặc nằm xa hơn, im lặng quan sát hình dáng người đàn ông.

Buck observait chaque petit mouvement, chaque changement de posture ou de geste.

Buck quan sát từng cử động nhỏ, từng thay đổi trong tư thế hoặc cử chỉ.

Ce lien était si puissant qu'il attirait souvent le regard de Thornton.

Mối liên hệ này mạnh mẽ đến mức thường thu hút sự chú ý của Thornton.

Il rencontra les yeux de Buck sans un mot, l'amour brillant clairement à travers.

Anh nhìn thẳng vào mắt Buck mà không nói lời nào, ánh mắt tràn đầy tình yêu.

Pendant longtemps après avoir été sauvé, Buck n'a jamais laissé Thornton hors de vue.

Trong một thời gian dài sau khi được cứu, Buck không bao giờ rời mắt khỏi Thornton.

Chaque fois que Thornton quittait la tente, Buck le suivait de près à l'extérieur.

Bất cứ khi nào Thornton rời khỏi lều, Buck đều theo sát anh ta ra ngoài.

Tous les maîtres sévères du Northland avaient fait que Buck avait peur de faire confiance.

Tất cả những người chủ khắc nghiệt ở vùng đất phương Bắc đã khiến Buck sợ phải tin tưởng.

Il craignait qu'aucun homme ne puisse rester son maître plus d'un court instant.
Ông sợ rằng không ai có thể làm chủ được ông quá một thời gian ngắn.
Il craignait que John Thornton ne disparaisse comme Perrault et François.
Ông lo sợ John Thornton sẽ biến mất giống như Perrault và François.
Même la nuit, la peur de le perdre hantait le sommeil agité de Buck.
Ngay cả vào ban đêm, nỗi sợ mất anh vẫn ám ảnh giấc ngủ không yên của Buck.
Quand Buck se réveilla, il se glissa dehors dans le froid et se dirigea vers la tente.
Khi Buck thức dậy, anh ta rón rén đi ra ngoài trời lạnh và đi đến lều.
Il écoutait attentivement le doux bruit de la respiration à l'intérieur.
Anh lắng nghe thật kỹ tiếng thở nhẹ nhàng bên trong.
Malgré l'amour profond de Buck pour John Thornton, la nature sauvage est restée vivante.
Bất chấp tình yêu sâu sắc của Buck dành cho John Thornton, thiên nhiên hoang dã vẫn tồn tại.
Cet instinct primitif, éveillé dans le Nord, n'a pas disparu.
Bản năng nguyên thủy đó, được đánh thức ở phương Bắc, vẫn chưa biến mất.
L'amour a apporté la dévotion, la loyauté et le lien chaleureux du coin du feu.
Tình yêu mang lại sự tận tụy, lòng trung thành và mối liên kết ấm áp bên bếp lửa.
Mais Buck a également conservé son instinct sauvage, vif et toujours en alerte.
Nhưng Buck vẫn giữ được bản năng hoang dã của mình, sắc bén và luôn cảnh giác.
Il n'était pas seulement un animal de compagnie apprivoisé venu des terres douces de la civilisation.

Anh ta không chỉ là một con vật cưng được thuần hóa từ vùng đất văn minh mềm mại.

Buck était un être sauvage qui était venu s'asseoir près du feu de Thornton.

Buck là một sinh vật hoang dã đến ngồi bên đống lửa của Thornton.

Il ressemblait à un chien du Southland, mais la sauvagerie vivait en lui.

Trông nó giống như một chú chó miền Nam, nhưng bên trong nó lại ẩn chứa sự hoang dã.

Son amour pour Thornton était trop grand pour permettre de voler cet homme.

Tình yêu của ông dành cho Thornton quá lớn đến nỗi không thể cho phép người đàn ông đó ăn cắp đồ của ông.

Mais dans n'importe quel autre camp, il volerait avec audace et sans relâche.

Nhưng ở bất kỳ trại nào khác, anh ta sẽ ăn cắp một cách táo bạo và không ngừng nghỉ.

Il était si habile à voler que personne ne pouvait l'attraper ou l'accuser.

Anh ta ăn cắp rất khéo đến nỗi không ai có thể bắt được hay buộc tội anh ta.

Son visage et son corps étaient couverts de cicatrices dues à de nombreux combats passés.

Khuôn mặt và cơ thể anh đầy vết sẹo từ nhiều trận chiến trước đây.

Buck se battait toujours avec acharnement, mais maintenant il se battait avec plus de ruse.

Buck vẫn chiến đấu dữ dội, nhưng bây giờ anh chiến đấu một cách khôn ngoan hơn.

Skeet et Nig étaient trop doux pour se battre, et ils appartenaient à Thornton.

Skeet và Nig quá hiền lành nên không muốn đánh nhau, và chúng là của Thornton.

Mais tout chien étranger, aussi fort ou courageux soit-il, cédait.

Nhưng bất kỳ con chó lạ nào, dù mạnh mẽ hay dũng cảm đến đâu, cũng đều nhường đường.

Sinon, le chien se retrouvait à lutter contre Buck, à se battre pour sa vie.

Nếu không, con chó sẽ phải chiến đấu với Buck; chiến đấu để giành lấy mạng sống.

Buck n'a eu aucune pitié une fois qu'il a choisi de se battre contre un autre chien.

Buck không hề thương xót khi nó quyết định chiến đấu với một con chó khác.

Il avait bien appris la loi du gourdin et des crocs dans le Nord.

Anh ta đã học rất rõ luật sử dụng dùi cui và nanh ở vùng Northland.

Il n'a jamais abandonné un avantage et n'a jamais reculé devant la bataille.

Ông không bao giờ từ bỏ lợi thế và không bao giờ lùi bước trong trận chiến.

Il avait étudié les Spitz et les chiens les plus féroces de la poste et de la police.

Ông đã nghiên cứu về chó Spitz và những con chó hung dữ nhất của cảnh sát và thư tín.

Il savait clairement qu'il n'y avait pas de juste milieu dans un combat sauvage.

Ông biết rõ rằng không có lập trường trung dung trong chiến đấu dữ dội.

Il doit gouverner ou être gouverné ; faire preuve de miséricorde signifie faire preuve de faiblesse.

Ngài phải cai trị hoặc bị cai trị; thể hiện lòng thương xót có nghĩa là thể hiện sự yếu đuối.

La miséricorde était inconnue dans le monde brut et brutal de la survie.

Lòng thương xót là điều không hề tồn tại trong thế giới sinh tồn khắc nghiệt và tàn khốc.

Faire preuve de miséricorde était perçu comme de la peur, et la peur menait rapidement à la mort.

Việc thể hiện lòng thương xót bị coi là sợ hãi, và sợ hãi nhanh chóng dẫn đến cái chết.

L'ancienne loi était simple : tuer ou être tué, manger ou être mangé.

Luật cũ rất đơn giản: giết hoặc bị giết, ăn hoặc bị ăn.

Cette loi venait des profondeurs du temps, et Buck la suivait pleinement.

Luật đó xuất phát từ sâu thẳm thời gian, và Buck đã tuân thủ nó một cách nghiêm ngặt.

Buck était plus vieux que son âge et que le nombre de respirations qu'il prenait.

Buck già hơn so với tuổi và số lần hít thở của anh.

Il a clairement relié le passé ancien au moment présent.

Ông đã kết nối quá khứ xa xưa với hiện tại một cách rõ ràng.

Les rythmes profonds des âges le traversaient comme les marées.

Những nhịp điệu sâu lắng của thời đại di chuyển qua anh như thủy triều.

Le temps pulsait dans son sang aussi sûrement que les saisons faisaient bouger la terre.

Thời gian chảy trong máu ông chắc chắn như các mùa chuyển động trên trái đất.

Il était assis près du feu de Thornton, la poitrine forte et les crocs blancs.

Anh ta ngồi bên đống lửa của Thornton, ngực khỏe và nanh trắng.

Sa longue fourrure ondulait, mais derrière lui, les esprits des chiens sauvages observaient.

Bộ lông dài của nó rung rinh, nhưng đằng sau nó, linh hồn của những con chó hoang đang dõi theo.

Des demi-loups et des loups à part entière s'agitaient dans son cœur et dans ses sens.

Nửa sói và nửa sói thực sự khuấy động trong trái tim và giác quan của anh.

Ils goûtèrent sa viande et burent la même eau que lui.

Họ nếm thử thịt của ông và uống cùng một loại nước như ông.

Ils reniflaient le vent à ses côtés et écoutaient la forêt.

Họ hít thở làn gió cùng anh và lắng nghe tiếng rừng.
Ils murmuraient la signification des sons sauvages dans l'obscurité.
Họ thì thầm ý nghĩa của những âm thanh hoang dã trong bóng tối.
Ils façonnaient ses humeurs et guidaient chacune de ses réactions silencieuses.
Họ định hình tâm trạng của ông và hướng dẫn từng phản ứng lặng lẽ của ông.
Ils se sont couchés avec lui pendant son sommeil et sont devenus une partie de ses rêves profonds.
Chúng nằm cùng anh khi anh ngủ và trở thành một phần trong giấc mơ sâu thẳm của anh.
Ils rêvaient avec lui, au-delà de lui, et constituaient son esprit même.
Họ mơ cùng ông, vượt ra ngoài ông, và tạo nên chính tinh thần của ông.
Les esprits de la nature appelèrent si fort que Buck se sentit attiré.
Những linh hồn hoang dã gọi mời mạnh mẽ đến nỗi Buck cảm thấy bị lôi kéo.
Chaque jour, l'humanité et ses revendications s'affaiblissaient dans le cœur de Buck.
Mỗi ngày, nhân loại và những đòi hỏi của họ ngày càng yếu đi trong trái tim Buck.
Au plus profond de la forêt, un appel étrange et palpitant allait s'élever.
Sâu trong rừng, một tiếng gọi kỳ lạ và hồi hộp sắp vang lên.
Chaque fois qu'il entendait l'appel, Buck ressentait une envie à laquelle il ne pouvait résister.
Mỗi lần nghe tiếng gọi đó, Buck lại cảm thấy một sự thôi thúc không thể cưỡng lại.
Il allait se détourner du feu et des sentiers battus des humains.
Anh ta định quay lưng lại với ngọn lửa và con đường đời đầy rẫy sự giày vò của con người.

Il allait s'enfoncer dans la forêt, avançant sans savoir pourquoi.
Anh ta định lao vào rừng, tiến về phía trước mà không biết tại sao.

Il ne remettait pas en question cette attraction, car l'appel était profond et puissant.
Ông không thắc mắc về sức hút này, vì tiếng gọi đó sâu sắc và mạnh mẽ.

Souvent, il atteignait l'ombre verte et la terre douce et intacte
Thường thì anh ấy đã chạm tới bóng râm xanh và đất mềm nguyên sơ

Mais ensuite, son amour profond pour John Thornton l'a ramené vers le feu.
Nhưng rồi tình yêu mãnh liệt dành cho John Thornton đã kéo ông trở lại với ngọn lửa.

Seul John Thornton tenait véritablement le cœur sauvage de Buck entre ses mains.
Chỉ có John Thornton mới thực sự nắm giữ được trái tim hoang dã của Buck.

Le reste de l'humanité n'avait aucune valeur ni signification durable pour Buck.
Phần còn lại của nhân loại không có giá trị hay ý nghĩa lâu dài đối với Buck.

Les étrangers pourraient le féliciter ou caresser sa fourrure avec des mains amicales.
Người lạ có thể khen ngợi hoặc vuốt ve bộ lông của chú bằng đôi tay thân thiện.

Buck resta impassible et s'éloigna à cause de trop d'affection.
Buck vẫn không hề lay chuyển và bỏ đi vì được yêu mến quá mức.

Hans et Pete sont arrivés avec le radeau qu'ils attendaient depuis longtemps
Hans và Pete đã đến với chiếc bè mà họ đã mong đợi từ lâu

Buck les a ignorés jusqu'à ce qu'il apprenne qu'ils étaient proches de Thornton.
Buck không để ý đến họ cho đến khi anh biết họ ở gần Thornton.

Après cela, il les a tolérés, mais ne leur a jamais montré toute sa chaleur.
Sau đó, ông chịu đựng họ, nhưng không bao giờ thể hiện sự nồng nhiệt thực sự với họ.

Il prenait de la nourriture ou des marques de gentillesse de leur part comme s'il leur rendait service.
Ông nhận thức ăn hoặc lòng tốt từ họ như thể đang làm ơn cho họ.

Ils étaient comme Thornton : simples, honnêtes et clairs dans leurs pensées.
Họ giống như Thornton - giản dị, trung thực và suy nghĩ rõ ràng.

Tous ensemble, ils se rendirent à la scierie de Dawson et au grand tourbillon
Tất cả cùng nhau họ đi đến xưởng cưa Dawson và xoáy nước lớn

Au cours de leur voyage, ils ont appris à comprendre profondément la nature de Buck.
Trong cuộc hành trình của mình, họ đã hiểu sâu sắc bản chất của Buck.

Ils n'ont pas essayé de se rapprocher comme Skeet et Nig l'avaient fait.
Họ không cố gắng trở nên gần gũi như Skeet và Nig đã làm.

Mais l'amour de Buck pour John Thornton n'a fait que s'approfondir avec le temps.
Nhưng tình yêu của Buck dành cho John Thornton ngày càng sâu sắc hơn theo thời gian.

Seul Thornton pouvait placer un sac sur le dos de Buck en été.
Chỉ có Thornton mới có thể đặt một chiếc ba lô lên lưng Buck vào mùa hè.

Quoi que Thornton ordonne, Buck était prêt à l'exécuter pleinement.
Bất cứ điều gì Thornton ra lệnh, Buck đều sẵn sàng thực hiện.

Un jour, après avoir quitté Dawson pour les sources du Tanana,

Một ngày nọ, sau khi họ rời Dawson để đến thượng nguồn sông Tanana,
le groupe était assis sur une falaise qui descendait d'un mètre jusqu'au substrat rocheux nu.
nhóm ngồi trên một vách đá cao ba feet so với nền đá trơ trụi.
John Thornton était assis près du bord et Buck se reposait à côté de lui.
John Thornton ngồi gần mép, và Buck nghỉ ngơi bên cạnh anh ta.
Thornton eut une pensée soudaine et attira l'attention des hommes.
Thornton đột nhiên nảy ra một ý tưởng và kêu gọi sự chú ý của những người đàn ông.
Il désigna le gouffre et donna un seul ordre à Buck.
Anh ta chỉ tay về phía bên kia vực thẳm và ra lệnh cho Buck.
« Saute, Buck ! » dit-il en balançant son bras au-dessus de la chute.
"Nhảy đi, Buck!" anh ta nói, vung tay ra khỏi chỗ thả người.
En un instant, il dut attraper Buck, qui sautait pour obéir.
Ngay lập tức, anh phải tóm lấy Buck, con vật đang nhảy dựng lên để tuân lệnh.
Hans et Pete se sont précipités en avant et ont ramené les deux hommes en sécurité.
Hans và Pete lao về phía trước và kéo cả hai trở về nơi an toàn.
Une fois que tout fut terminé et qu'ils eurent repris leur souffle, Pete prit la parole.
Sau khi mọi chuyện kết thúc và họ đã lấy lại hơi thở, Pete lên tiếng.
« L'amour est étrange », dit-il, secoué par la dévotion féroce du chien.
"Tình yêu thật kỳ lạ," anh nói, cảm động trước lòng trung thành mãnh liệt của chú chó.
Thornton secoua la tête et répondit avec un sérieux calme.
Thornton lắc đầu và trả lời một cách nghiêm túc và bình tĩnh.
« Non, l'amour est splendide », dit-il, « mais aussi terrible. »

"Không, tình yêu thì tuyệt vời," anh nói, "nhưng cũng thật khủng khiếp."

« Parfois, je dois l'admettre, ce genre d'amour me fait peur. »

"Đôi khi, tôi phải thừa nhận rằng, loại tình yêu này khiến tôi sợ hãi."

Pete hocha la tête et dit : « Je détesterais être l'homme qui te touche. »

Pete gật đầu và nói, "Tôi ghét phải là người chạm vào cô."

Il regarda Buck pendant qu'il parlait, sérieux et plein de respect.

Anh ta nhìn Buck khi nói, nghiêm túc và đầy sự tôn trọng.

« Py Jingo ! » s'empressa de dire Hans. « Moi non plus, non monsieur. »

"Py Jingo!" Hans nói nhanh. "Tôi cũng vậy, không thưa ngài."

Avant la fin de l'année, les craintes de Pete se sont réalisées à Circle City.

Trước khi năm kết thúc, nỗi sợ của Pete đã trở thành sự thật tại Circle City.

Un homme cruel nommé Black Burton a provoqué une bagarre dans le bar.

Một người đàn ông tàn ác tên là Black Burton đã gây gổ trong quán bar.

Il était en colère et malveillant, s'en prenant à un nouveau tendre.

Ông ta tức giận và độc ác, đánh đập một người mới vào nghề.

John Thornton est intervenu, calme et de bonne humeur comme toujours.

John Thornton bước vào, vẫn bình tĩnh và tốt bụng như mọi khi.

Buck était allongé dans un coin, la tête baissée, observant Thornton de près.

Buck nằm ở góc, đầu cúi xuống, quan sát Thornton một cách chăm chú.

Burton frappa soudainement, son coup envoyant Thornton tourner.

Burton bất ngờ ra đòn, cú đấm khiến Thornton quay ngoắt lại.

Seule la barre du bar l'a empêché de s'écraser violemment au sol.
Chỉ có thanh chắn của quán bar mới giữ được anh ta khỏi ngã mạnh xuống đất.

Les observateurs ont entendu un son qui n'était ni un aboiement ni un cri.
Những người theo dõi nghe thấy một âm thanh không phải là tiếng sủa hay tiếng kêu

un rugissement profond sortit de Buck alors qu'il se lançait vers l'homme.
một tiếng gầm lớn phát ra từ Buck khi nó lao về phía người đàn ông.

Burton a levé le bras et a sauvé sa vie de justesse.
Burton giơ tay lên và may mắn thoát chết.

Buck l'a percuté, le faisant tomber à plat sur le sol.
Buck đâm sầm vào anh ta, khiến anh ta ngã xuống sàn.

Buck mordit profondément le bras de l'homme, puis se jeta à la gorge.
Buck cắn sâu vào cánh tay của người đàn ông rồi lao vào cổ họng anh ta.

Burton n'a pu bloquer que partiellement et son cou a été déchiré.
Burton chỉ có thể chặn được một phần và cổ của ông bị rách toạc.

Des hommes se sont précipités, les bâtons levés, et ont chassé Buck de l'homme ensanglanté.
Mọi người xông vào, giơ dùi cui lên và đuổi Buck ra khỏi người đàn ông đang chảy máu.

Un chirurgien est intervenu rapidement pour arrêter l'écoulement du sang.
Bác sĩ phẫu thuật đã nhanh chóng phẫu thuật để cầm máu.

Buck marchait de long en large et grognait, essayant d'attaquer encore et encore.
Buck vừa đi vừa gầm gừ, cố gắng tấn công liên tục.

Seuls les coups de massue l'ont empêché d'atteindre Burton.
Chỉ có những cú vung gậy mới ngăn cản được anh ta đến được Burton.

Une réunion de mineurs a été convoquée et tenue sur place.
Một cuộc họp của thợ mỏ đã được triệu tập và tổ chức ngay tại chỗ.

Ils ont convenu que Buck avait été provoqué et ont voté pour le libérer.
Họ đồng ý rằng Buck đã bị khiêu khích và bỏ phiếu trả tự do cho anh ta.

Mais le nom féroce de Buck résonnait désormais dans tous les camps d'Alaska.
Nhưng cái tên dữ dội của Buck giờ đây vang vọng ở mọi trại lính ở Alaska.

Plus tard cet automne-là, Buck sauva à nouveau Thornton d'une nouvelle manière.
Vào mùa thu năm đó, Buck lại cứu Thornton theo một cách mới.

Les trois hommes guidaient un long bateau sur des rapides impétueux.
Ba người đàn ông đang điều khiển một chiếc thuyền dài lướt qua ghềnh thác dữ dội.

Thornton dirigeait le bateau et donnait des indications pour se rendre sur le rivage.
Thornton điều khiển thuyền và chỉ đường vào bờ.

Hans et Pete couraient sur terre, tenant une corde d'arbre en arbre.
Hans và Pete chạy trên bờ, giữ một sợi dây thừng từ cây này sang cây khác.

Buck suivait le rythme sur la rive, surveillant toujours son maître.
Buck đi theo dọc bờ sông, luôn dõi mắt theo chủ nhân của mình.

À un endroit désagréable, des rochers surplombaient les eaux vives.
Ở một nơi nguy hiểm, có những tảng đá nhô ra dưới dòng nước chảy xiết.

Hans lâcha la corde et Thornton dirigea le bateau vers le large.
Hans thả sợi dây thừng và Thornton lái thuyền ra xa.

Hans sprinta pour rattraper le bateau en passant devant les rochers dangereux.
Hans chạy nước rút để đuổi kịp chiếc thuyền vượt qua những tảng đá nguy hiểm.
Le bateau a franchi le rebord mais a heurté une partie plus forte du courant.
Chiếc thuyền đã vượt qua được gờ đá nhưng lại đâm vào phần dòng nước mạnh hơn.
Hans a attrapé la corde trop vite et a déséquilibré le bateau.
Hans nắm sợi dây quá nhanh và kéo thuyền mất thăng bằng.
Le bateau s'est retourné et a heurté la berge, cul en l'air.
Chiếc thuyền lật úp và đập vào bờ, phần đáy hướng lên trên.
Thornton a été jeté dehors et emporté dans la partie la plus sauvage de l'eau.
Thornton bị ném ra ngoài và bị cuốn vào vùng nước dữ dội nhất.
Aucun nageur n'aurait pu survivre dans ces eaux mortelles et tumultueuses.
Không một người bơi nào có thể sống sót trong vùng nước chảy xiết chết chóc đó.
Buck sauta instantanément et poursuivit son maître sur la rivière.
Buck ngay lập tức nhảy xuống và đuổi theo chủ mình xuống sông.
Après trois cents mètres, il atteignit enfin Thornton.
Sau ba trăm thước, cuối cùng anh cũng tới được Thornton.
Thornton attrapa la queue de Buck, et Buck se tourna vers le rivage.
Thornton nắm lấy đuôi Buck và Buck quay về phía bờ.
Il nageait de toutes ses forces, luttant contre la force de l'eau.
Anh ta bơi hết sức mình, chống lại sức cản dữ dội của dòng nước.
Ils se déplaçaient en aval plus vite qu'ils ne pouvaient atteindre le rivage.
Họ di chuyển xuôi dòng nhanh hơn tốc độ họ có thể tới bờ.
Plus loin, la rivière rugissait plus fort alors qu'elle tombait dans des rapides mortels.

Phía trước, dòng sông gào thét dữ dội hơn khi rơi vào ghềnh thác chết người.
Les rochers fendaient l'eau comme les dents d'un énorme peigne.
Những tảng đá cắt ngang mặt nước như răng của một chiếc lược khổng lồ.
L'attraction de l'eau près de la chute était sauvage et inévitable.
Sức hút của nước gần giọt nước rất dữ dội và không thể tránh khỏi.
Thornton savait qu'ils ne pourraient jamais atteindre le rivage à temps.
Thornton biết rằng họ không bao giờ có thể đến bờ kịp lúc.
Il a gratté un rocher, s'est écrasé sur un deuxième,
Anh ta đã vượt qua một tảng đá, đập vỡ tảng đá thứ hai,
Et puis il s'est écrasé contre un troisième rocher, l'attrapant à deux mains.
Và rồi anh ta đâm vào tảng đá thứ ba, dùng cả hai tay để tóm lấy nó.
Il lâcha Buck et cria par-dessus le rugissement : « Vas-y, Buck ! Vas-y ! »
Anh ta thả Buck ra và hét lớn át tiếng gầm rú, "Đi đi, Buck! Đi đi!"
Buck n'a pas pu rester à flot et a été emporté par le courant.
Buck không thể giữ được thăng bằng và bị dòng nước cuốn trôi.
Il s'est battu avec acharnement, s'efforçant de se retourner, mais n'a fait aucun progrès.
Anh ta chiến đấu dữ dội, cố gắng quay lại nhưng không tiến triển được chút nào.
Puis il entendit Thornton répéter l'ordre par-dessus le rugissement de la rivière.
Sau đó, anh nghe Thornton lặp lại mệnh lệnh giữa tiếng gầm của dòng sông.
Buck sortit de l'eau et leva la tête comme pour un dernier regard.

Buck nhô mình ra khỏi mặt nước, ngẩng đầu lên như thể muốn nhìn lại lần cuối.

puis il se retourna et obéit, nageant vers la rive avec résolution.

sau đó quay lại và tuân theo, kiên quyết bơi về phía bờ.

Pete et Hans l'ont tiré à terre au dernier moment possible.

Pete và Hans đã kéo anh ta vào bờ vào đúng thời điểm cuối cùng.

Ils savaient que Thornton ne pourrait s'accrocher au rocher que quelques minutes de plus.

Họ biết Thornton chỉ có thể bám vào tảng đá thêm vài phút nữa thôi.

Ils coururent sur la berge jusqu'à un endroit bien au-dessus de l'endroit où il était suspendu.

Họ chạy lên bờ đến một địa điểm cao hơn nhiều so với nơi anh ta đang treo cổ.

Ils ont soigneusement attaché la ligne du bateau au cou et aux épaules de Buck.

Họ cẩn thận buộc dây thuyền vào cổ và vai Buck.

La corde était serrée mais suffisamment lâche pour permettre la respiration et le mouvement.

Sợi dây vừa khít nhưng đủ lỏng để thở và di chuyển.

Puis ils le jetèrent à nouveau dans la rivière tumultueuse et mortelle.

Sau đó, họ lại ném anh ta xuống dòng sông chết chóc đang chảy xiết.

Buck nageait avec audace mais manquait son angle face à la force du courant.

Buck bơi một cách táo bạo nhưng lại không bơi vào đúng hướng dòng nước chảy xiết.

Il a vu trop tard qu'il allait dépasser Thornton.

Anh ta nhận ra quá muộn rằng mình sắp trôi qua Thornton.

Hans tira fort sur la corde, comme si Buck était un bateau en train de chavirer.

Hans giật chặt sợi dây, như thể Buck là một chiếc thuyền sắp lật úp.

Le courant l'a entraîné vers le fond et il a disparu sous la surface.
Dòng nước kéo anh ta xuống và anh ta biến mất dưới mặt nước.
Son corps a heurté la berge avant que Hans et Pete ne le sortent.
Cơ thể anh đập vào bờ trước khi Hans và Pete kéo anh ra.
Il était à moitié noyé et ils l'ont chassé de l'eau.
Ông ấy đã chết đuối một nửa và họ đã đập cho nước tràn ra khỏi người ông ấy.
Buck se leva, tituba et s'effondra à nouveau sur le sol.
Buck đứng dậy, loạng choạng rồi lại ngã xuống đất.
Puis ils entendirent la voix de Thornton faiblement portée par le vent.
Sau đó họ nghe thấy giọng nói của Thornton vọng theo gió.
Même si les mots n'étaient pas clairs, ils savaient qu'il était proche de la mort.
Mặc dù lời nói không rõ ràng, nhưng họ biết rằng ông sắp chết.
Le son de la voix de Thornton frappa Buck comme une décharge électrique.
Giọng nói của Thornton như một luồng điện giật khiến Buck giật mình.
Il sauta et courut sur la berge, retournant au point de lancement.
Anh ta nhảy lên và chạy lên bờ, quay trở lại điểm xuất phát.
Ils attachèrent à nouveau la corde à Buck, et il entra à nouveau dans le ruisseau.
Họ lại buộc sợi dây vào Buck và một lần nữa Buck lại bước vào dòng suối.
Cette fois, il nagea directement et fermement dans l'eau tumultueuse.
Lần này, anh ta bơi thẳng và mạnh mẽ vào dòng nước đang chảy xiết.
Hans laissa sortir la corde régulièrement tandis que Pete l'empêchait de s'emmêler.

Hans thả sợi dây ra đều đặn trong khi Pete giữ cho nó không bị rối.

Buck a nagé avec acharnement jusqu'à ce qu'il soit aligné juste au-dessus de Thornton.

Buck bơi thật nhanh cho đến khi tới ngay phía trên Thornton.

Puis il s'est retourné et a foncé comme un train à toute vitesse.

Sau đó, anh ta quay lại và lao đi như một chuyến tàu đang chạy hết tốc lực.

Thornton le vit arriver, se redressa et entoura son cou de ses bras.

Thornton thấy anh ta tiến đến, chuẩn bị tinh thần và vòng tay ôm chặt cổ anh ta.

Hans a attaché la corde fermement autour d'un arbre alors qu'ils étaient tous les deux entraînés sous l'eau.

Hans buộc chặt sợi dây thừng quanh một cái cây khi cả hai bị kéo xuống dưới.

Ils ont dégringolé sous l'eau, s'écrasant contre des rochers et des débris de la rivière.

Họ lộn nhào xuống nước, đập vào đá và rác thải trên sông.

Un instant, Buck était au sommet, l'instant d'après, Thornton se levait en haletant.

Một lúc Buck còn ở trên, ngay sau đó Thornton lại vùng dậy thở hổn hển.

Battus et étouffés, ils se dirigèrent vers la rive et la sécurité.

Bị đánh đập và ngạt thở, họ rẽ vào bờ và tìm nơi an toàn.

Thornton a repris connaissance, allongé sur un tronc d'arbre.

Thornton tỉnh lại và nằm trên một khúc gỗ trôi dạt.

Hans et Pete ont travaillé dur pour lui redonner souffle et vie.

Hans và Pete đã phải làm việc rất vất vả để giúp anh ấy lấy lại hơi thở và sự sống.

Sa première pensée fut pour Buck, qui gisait immobile et mou.

Ý nghĩ đầu tiên của anh là về Buck, lúc này đang nằm bất động và mềm nhũn.

Nig hurla sur le corps de Buck et Skeet lui lécha doucement le visage.

Nig hú lên bên trên xác Buck, còn Skeet thì liếm nhẹ mặt anh.

Thornton, endolori et meurtri, examina Buck avec des mains prudentes.

Thornton, đau nhức và bầm tím, kiểm tra Buck bằng đôi tay cẩn thận.

Il a trouvé trois côtes cassées, mais aucune blessure mortelle chez le chien.

Ông phát hiện con chó bị gãy ba xương sườn nhưng không có vết thương chí mạng nào.

« C'est réglé », dit Thornton. « On campe ici. » Et c'est ce qu'ils firent.

"Thế là xong," Thornton nói. "Chúng tôi cắm trại ở đây." Và họ đã làm vậy.

Ils sont restés jusqu'à ce que les côtes de Buck soient guéries et qu'il puisse à nouveau marcher.

Họ ở lại cho đến khi xương sườn của Buck lành lại và nó có thể đi lại được.

Cet hiver-là, Buck accomplit un exploit qui augmenta encore sa renommée.

Mùa đông năm đó, Buck đã thực hiện một chiến công khiến danh tiếng của anh càng thêm nổi tiếng.

C'était moins héroïque que de sauver Thornton, mais tout aussi impressionnant.

Hành động này không anh hùng bằng việc cứu Thornton, nhưng cũng ấn tượng không kém.

À Dawson, les partenaires avaient besoin de provisions pour un long voyage.

Tại Dawson, các đối tác cần nhu yếu phẩm cho một cuộc hành trình xa.

Ils voulaient voyager vers l'Est, dans des terres sauvages et intactes.

Họ muốn đi về phía Đông, đến những vùng đất hoang sơ chưa ai đặt chân đến.

L'acte de Buck dans l'Eldorado Saloon a rendu ce voyage possible.
Hành động của Buck tại quán rượu Eldorado đã giúp chuyến đi đó trở thành hiện thực.

Tout a commencé avec des hommes qui se vantaient de leurs chiens en buvant un verre.
Mọi chuyện bắt đầu khi những người đàn ông khoe khoang về chú chó của mình trong lúc uống rượu.

La renommée de Buck a fait de lui la cible de défis et de doutes.
Sự nổi tiếng của Buck khiến ông trở thành mục tiêu của những lời thách thức và nghi ngờ.

Thornton, fier et calme, resta ferme dans la défense du nom de Buck.
Thornton, tự hào và bình tĩnh, kiên quyết bảo vệ tên tuổi của Buck.

Un homme a déclaré que son chien pouvait facilement tirer deux cents kilos.
Một người đàn ông cho biết con chó của ông có thể dễ dàng kéo vật nặng năm trăm pound.

Un autre a dit six cents, et un troisième s'est vanté d'en avoir sept cents.
Một người khác nói sáu trăm, người thứ ba khoe khoang bảy trăm.

« Pfft ! » dit John Thornton, « Buck peut tirer un traîneau de mille livres. »
"Phì!" John Thornton nói, "Buck có thể kéo chiếc xe trượt tuyết nặng một nghìn pound."

Matthewson, un roi de Bonanza, s'est penché en avant et l'a défié.
Matthewson, một vị vua Bonanza, nghiêng người về phía trước và thách thức anh ta.

« Tu penses qu'il peut mettre autant de poids en mouvement ? »
"Anh nghĩ anh ta có thể di chuyển được nhiều trọng lượng như vậy không?"

« Et tu penses qu'il peut tirer le poids sur une centaine de mètres ? »

"Và anh nghĩ anh ta có thể kéo được vật đó đi được một trăm thước sao?"

Thornton répondit froidement : « Oui. Buck est assez doué pour le faire. »

Thornton trả lời một cách lạnh lùng, "Đúng vậy. Buck đủ bản lĩnh để làm điều đó."

« Il mettra mille livres en mouvement et le tirera sur une centaine de mètres. »

"Anh ta sẽ dùng một ngàn pound để di chuyển và kéo nó đi một trăm yard."

Matthewson sourit lentement et s'assura que tous les hommes entendaient ses paroles.

Matthewson mim cười chậm rãi và đảm bảo mọi người đều nghe rõ lời mình nói.

« J'ai mille dollars qui disent qu'il ne peut pas. Le voilà. »

"Tôi có một ngàn đô la nói rằng anh ta không thể. Đấy."

Il a claqué un sac de poussière d'or de la taille d'une saucisse sur le bar.

Anh ta ném một túi bụi vàng to bằng xúc xích lên quầy bar.

Personne ne dit un mot. Le silence devint pesant et tendu autour d'eux.

Không ai nói một lời. Sự im lặng trở nên nặng nề và căng thẳng xung quanh họ.

Le bluff de Thornton – s'il en était un – avait été pris au sérieux.

Lời đe dọa của Thornton - nếu có - đã được coi trọng.

Il sentit la chaleur monter sur son visage tandis que le sang affluait sur ses joues.

Anh cảm thấy mặt mình nóng bừng và máu dồn lên má.

Sa langue avait pris le pas sur sa raison à ce moment-là.

Vào khoảnh khắc đó, lưỡi của anh đã đi trước lý trí.

Il ne savait vraiment pas si Buck pouvait déplacer mille livres.

Anh thực sự không biết liệu Buck có thể di chuyển được một nghìn pound hay không.

Une demi-tonne ! Rien que sa taille lui pesait le cœur.
Nửa tấn! Chỉ riêng kích thước của nó thôi cũng khiến lòng anh nặng trĩu.

Il avait foi en la force de Buck et le pensait capable.
Ông tin tưởng vào sức mạnh của Buck và nghĩ rằng anh ta có khả năng.

Mais il n'avait jamais été confronté à ce genre de défi, pas comme celui-ci.
Nhưng anh chưa bao giờ phải đối mặt với thử thách như thế này, không giống thế này.

Une douzaine d'hommes l'observaient tranquillement, attendant de voir ce qu'il allait faire.
Khoảng chục người đàn ông lặng lẽ quan sát anh ta, chờ xem anh ta sẽ làm gì.

Il n'avait pas d'argent, ni Hans ni Pete.
Anh ấy không có tiền, Hans và Pete cũng vậy.

« J'ai un traîneau dehors », dit Matthewson froidement et directement.
"Tôi có một chiếc xe trượt tuyết ở bên ngoài," Matthewson lạnh lùng và thẳng thắn nói.

« Il est chargé de vingt sacs de cinquante livres chacun, tous de farine.
"Nó chứa hai mươi bao, mỗi bao nặng năm mươi pound, toàn là bột mì.

« Alors ne laissez pas un traîneau manquant devenir votre excuse maintenant », a-t-il ajouté.
Vì vậy, đừng để việc mất xe trượt tuyết trở thành cái cớ của bạn lúc này," ông nói thêm.

Thornton resta silencieux. Il ne savait pas quels mots lui dire.
Thornton đứng im lặng. Anh không biết phải nói gì.

Il regarda les visages autour de lui sans les voir clairement.
Anh nhìn quanh những khuôn mặt nhưng không nhìn rõ họ.

Il ressemblait à un homme figé dans ses pensées, essayant de redémarrer.
Anh ấy trông như một người đang chìm đắm trong suy nghĩ, cố gắng khởi động lại.

Puis il a vu Jim O'Brien, un ami de l'époque Mastodon.
Sau đó anh gặp Jim O'Brien, một người bạn từ thời Mastodon.
Ce visage familier lui a donné un courage qu'il ne savait pas avoir.
Gương mặt quen thuộc đó đã mang lại cho anh sự can đảm mà anh không biết mình có.
Il se tourna et demanda à voix basse : « Peux-tu me prêter mille ? »
Anh ta quay lại và hỏi nhỏ: "Anh có thể cho tôi vay một nghìn không?"
« Bien sûr », dit O'Brien, laissant déjà tomber un lourd sac près de l'or.
"Được thôi," O'Brien nói, thả một bao tải nặng xuống cạnh vàng.
« Mais honnêtement, John, je ne crois pas que la bête puisse faire ça. »
"Nhưng thực sự mà nói, John, tôi không tin con quái vật đó có thể làm được điều này."
Tout le monde dans le Saloon Eldorado s'est précipité dehors pour voir l'événement.
Mọi người ở quán Eldorado Saloon đều chạy ra ngoài để xem sự việc.
Ils ont laissé les tables et les boissons, et même les jeux ont été interrompus.
Họ để lại bàn ghế và đồ uống, thậm chí cả trò chơi cũng phải tạm dừng.
Les croupiers et les joueurs sont venus assister à la fin de ce pari audacieux.
Những người chia bài và con bạc đến để chứng kiến kết thúc của vụ cá cược táo bạo này.
Des centaines de personnes se sont rassemblées autour du traîneau dans la rue glacée.
Hàng trăm người tụ tập quanh chiếc xe trượt tuyết trên con phố đóng băng.
Le traîneau de Matthewson était chargé d'une charge complète de sacs de farine.

Chiếc xe trượt tuyết của Matthewson chất đầy những bao bột mì.

Le traîneau était resté immobile pendant des heures à des températures négatives.

Chiếc xe trượt tuyết đã nằm đó nhiều giờ ở nhiệt độ âm.

Les patins du traîneau étaient gelés et collés à la neige tassée.

Các thanh trượt của xe trượt tuyết bị đóng chặt vào lớp tuyết dày.

Les hommes ont offert une cote de deux contre un que Buck ne pourrait pas déplacer le traîneau.

Mọi người đưa ra tỷ lệ cược hai ăn một là Buck không thể di chuyển được chiếc xe trượt tuyết.

Une dispute a éclaté sur ce que signifiait réellement « sortir ».

Một cuộc tranh cãi nổ ra về ý nghĩa thực sự của từ "bùng nổ".

O'Brien a déclaré que Thornton devrait desserrer la base gelée du traîneau.

O'Brien nói Thornton nên nới lỏng phần đế đóng băng của xe trượt tuyết.

Buck pourrait alors « sortir » d'un départ solide et immobile.

Sau đó, Buck có thể "bứt phá" từ một khởi đầu vững chắc, bất động.

Matthewson a soutenu que le chien devait également libérer les coureurs.

Matthewson cho rằng con chó cũng phải giải thoát cho những người chạy trốn.

Les hommes qui avaient entendu le pari étaient d'accord avec le point de vue de Matthewson.

Những người đàn ông nghe cuộc cá cược đều đồng ý với quan điểm của Matthewson.

Avec cette décision, les chances sont passées à trois contre un contre Buck.

Với phán quyết đó, tỷ lệ cược cho chiến thắng của Buck tăng lên ba ăn một.

Personne ne s'est manifesté pour prendre en compte les chances croissantes de trois contre un.

Không ai tiến lên để chấp nhận tỷ lệ cược ba ăn một ngày càng tăng.

Pas un seul homme ne croyait que Buck pouvait accomplir un tel exploit.

Không một ai tin rằng Buck có thể thực hiện được chiến công vĩ đại đó.

Thornton s'était précipité dans le pari, lourd de doutes.

Thornton đã vội vã tham gia vụ cá cược này với lòng đầy nghi ngờ.

Il regarda alors le traîneau et l'attelage de dix chiens à côté.

Bây giờ anh nhìn vào chiếc xe trượt tuyết và đội mười con chó bên cạnh.

En voyant la réalité de la tâche, elle semblait encore plus impossible.

Nhìn thấy thực tế của nhiệm vụ khiến nó có vẻ bất khả thi hơn.

Matthewson était plein de fierté et de confiance à ce moment-là.

Matthewson tràn đầy tự hào và tự tin vào khoảnh khắc đó.

« Trois contre un ! » cria-t-il. « Je parie mille de plus, Thornton !

"Ba ăn một!" anh ta hét lên. "Tôi cược thêm một ngàn nữa, Thornton!"

« Que dites-vous ? » ajouta-t-il, assez fort pour que tout le monde l'entende.

"Anh nói sao?" anh ấy nói thêm, đủ lớn để mọi người đều nghe thấy.

Le visage de Thornton exprimait ses doutes, mais son esprit s'était élevé.

Gương mặt Thornton lộ rõ vẻ nghi ngờ, nhưng tinh thần của ông đã phấn chấn trở lại.

Cet esprit combatif ignorait les probabilités et ne craignait rien du tout.

Tinh thần chiến đấu đó không màng đến nghịch cảnh và không hề sợ hãi điều gì cả.

Il a appelé Hans et Pete pour apporter tout leur argent sur la table.

Anh ta gọi Hans và Pete mang toàn bộ tiền mặt đến bàn.
Il ne leur restait plus grand-chose : seulement deux cents dollars au total.
Họ chỉ còn lại rất ít tiền, tổng cộng chỉ có hai trăm đô la.
Cette petite somme représentait toute leur fortune pendant les temps difficiles.
Số tiền nhỏ này là toàn bộ tài sản của họ trong thời kỳ khó khăn.
Pourtant, ils ont misé toute leur fortune contre le pari de Matthewson.
Tuy nhiên, họ vẫn đặt cược toàn bộ số tiền vào vụ cá cược của Matthewson.
L'attelage de dix chiens a été dételé et éloigné du traîneau.
Đội mười con chó được tháo dây buộc và di chuyển ra xa xe trượt tuyết.
Buck a été placé dans les rênes, portant son harnais familier.
Buck được đặt vào dây cương, mặc bộ đồ quen thuộc.
Il avait capté l'énergie de la foule et ressenti la tension.
Anh đã cảm nhận được năng lượng của đám đông và sự căng thẳng.
D'une manière ou d'une autre, il savait qu'il devait faire quelque chose pour John Thornton.
Bằng cách nào đó, anh biết mình phải làm điều gì đó cho John Thornton.
Les gens murmuraient avec admiration devant la fière silhouette du chien.
Mọi người thì thầm ngưỡng mộ dáng vẻ kiêu hãnh của chú chó.
Il était mince et fort, sans une seule once de chair supplémentaire.
Ông ấy gầy và khỏe, không hề có một chút thịt thừa nào.
Son poids total de cent cinquante livres n'était que puissance et endurance.
Toàn bộ sức nặng một trăm năm mươi pound của anh chính là sức mạnh và sức bền.
Le pelage de Buck brillait comme de la soie, épais de santé et de force.

Bộ lông của Buck sáng bóng như lụa, dày dặn, khỏe mạnh và mạnh mẽ.

La fourrure le long de son cou et de ses épaules semblait se soulever et se hérisser.

Bộ lông dọc theo cổ và vai của anh ta dường như dựng đứng và dựng ngược lên.

Sa crinière bougeait légèrement, chaque cheveu vivant de sa grande énergie.

Mái bờm của anh ta khẽ rung động, từng sợi tóc đều tràn đầy năng lượng mạnh mẽ.

Sa large poitrine et ses jambes fortes correspondaient à sa silhouette lourde et robuste.

Bộ ngực rộng và đôi chân khỏe mạnh của anh tương xứng với thân hình to lớn, rắn chắc của anh.

Des muscles ondulaient sous son manteau, tendus et fermes comme du fer lié.

Những cơ bắp nổi lên dưới lớp áo khoác, săn chắc và cứng cáp như sắt thép.

Les hommes le touchaient et juraient qu'il était bâti comme une machine en acier.

Mọi người chạm vào anh và thề rằng anh được tạo ra giống như một cỗ máy bằng thép.

Les chances ont légèrement baissé à deux contre un contre le grand chien.

Tỷ lệ cược giảm nhẹ xuống còn hai ăn một trước chú chó lớn.

Un homme des bancs de Skookum s'avança en bégayant.

Một người đàn ông từ Skookum Benches tiến về phía trước, lắp bắp.

« Bien, monsieur ! J'offre huit cents pour lui – avant l'examen, monsieur ! »

"Tốt, thưa ngài! Tôi trả tám trăm cho anh ta—trước khi thử nghiệm, thưa ngài!"

« Huit cents, tel qu'il est en ce moment ! » insista l'homme.

"Tám trăm, như anh ta đang đứng bây giờ!" người đàn ông khăng khăng.

Thornton s'avança, sourit et secoua calmement la tête.

Thornton bước tới, mỉm cười và lắc đầu bình tĩnh.

Matthewson est rapidement intervenu avec une voix d'avertissement et un froncement de sourcils.
Matthewson nhanh chóng bước vào với giọng cảnh báo và cau mày.

« Éloignez-vous de lui », dit-il. « Laissez-lui de l'espace. »
"Anh phải tránh xa anh ấy ra," anh nói. "Cho anh ấy không gian."

La foule se tut ; seuls les joueurs continuaient à miser deux contre un.
Đám đông trở nên im lặng, chỉ còn những con bạc vẫn cược hai ăn một.

Tout le monde admirait la carrure de Buck, mais la charge semblait trop lourde.
Mọi người đều ngưỡng mộ vóc dáng của Buck, nhưng tải trọng của nó trông có vẻ quá lớn.

Vingt sacs de farine, pesant chacun cinquante livres, semblaient beaucoup trop.
Hai mươi bao bột mì, mỗi bao nặng năm mươi pound, có vẻ quá nhiều.

Personne n'était prêt à ouvrir sa bourse et à risquer son argent.
Không ai muốn mở túi và mạo hiểm tiền bạc của mình cả.

Thornton s'agenouilla à côté de Buck et prit sa tête à deux mains.
Thornton quỳ xuống bên cạnh Buck và nắm đầu nó bằng cả hai tay.

Il pressa sa joue contre celle de Buck et lui parla à l'oreille.
Anh áp má mình vào má Buck và nói vào tai cậu.

Il n'y avait plus de secousses enjouées ni d'insultes affectueuses murmurées.
Bây giờ không còn sự bắt tay vui vẻ hay thì thầm những lời lăng mạ yêu thương nữa.

Il murmura simplement doucement : « Autant que tu m'aimes, Buck. »
Anh chỉ thì thầm nhẹ nhàng: "Em yêu anh nhiều như anh yêu em vậy, Buck."

Buck émit un gémissement silencieux, son impatience à peine contenue.
Buck khẽ rên lên, sự háo hức của nó gần như không thể kiềm chế được.
Les spectateurs observaient avec curiosité la tension qui emplissait l'air.
Những người chứng kiến tò mò theo dõi bầu không khí căng thẳng bao trùm.
Le moment semblait presque irréel, comme quelque chose qui dépassait la raison.
Khoảnh khắc đó gần như không thực, giống như một điều gì đó vượt quá lý trí.
Lorsque Thornton se leva, Buck prit doucement sa main dans ses mâchoires.
Khi Thornton đứng dậy, Buck nhẹ nhàng nắm lấy tay anh.
Il appuya avec ses dents, puis relâcha lentement et doucement.
Anh ta dùng răng ấn xuống rồi từ từ và nhẹ nhàng buông ra.
C'était une réponse silencieuse d'amour, non prononcée, mais comprise.
Đó là câu trả lời thầm lặng của tình yêu, không nói ra nhưng được hiểu.
Thornton s'éloigna du chien et donna le signal.
Thornton bước xa khỏi con chó và ra hiệu.
« Maintenant, Buck », dit-il, et Buck répondit avec un calme concentré.
"Được rồi, Buck," anh nói, và Buck đáp lại bằng sự bình tĩnh tập trung.
Buck a resserré les traces, puis les a desserrées de quelques centimètres.
Buck siết chặt các dây xích, rồi nới lỏng chúng ra vài inch.
C'était la méthode qu'il avait apprise ; sa façon de briser le traîneau.
Đây là phương pháp anh đã học được; cách anh dùng để phá hỏng chiếc xe trượt tuyết.
« Tiens ! » cria Thornton, sa voix aiguë dans le silence pesant.

"Chết tiệt!" Thornton hét lên, giọng anh sắc nhọn trong sự im lặng nặng nề.

Buck se tourna vers la droite et se jeta de tout son poids.

Buck quay sang phải và lao tới với toàn bộ sức mạnh của mình.

Le mou disparut et toute la masse de Buck heurta les lignes serrées.

Sự chùng xuống biến mất và toàn bộ sức mạnh của Buck chạm vào dây kéo chặt chẽ.

Le traîneau tremblait et les patins émettaient un bruit de crépitement.

Chiếc xe trượt tuyết rung chuyển và những thanh trượt phát ra tiếng kêu lách tách giòn tan.

« Haw ! » ordonna Thornton, changeant à nouveau la direction de Buck.

"Haw!" Thornton ra lệnh, lại chuyển hướng của Buck.

Buck répéta le mouvement, cette fois en tirant brusquement vers la gauche.

Buck lặp lại động tác đó, lần này kéo mạnh về phía bên trái.

Le traîneau craquait plus fort, les patins claquaient et se déplaçaient.

Tiếng kêu răng rắc của chiếc xe trượt tuyết ngày một lớn hơn, các thanh trượt cũng kêu răng rắc và dịch chuyển.

La lourde charge glissait légèrement latéralement sur la neige gelée.

Vật nặng trượt nhẹ sang một bên trên lớp tuyết đóng băng.

Le traîneau s'était libéré de l'emprise du sentier glacé !

Chiếc xe trượt tuyết đã thoát khỏi sự kìm kẹp của con đường băng giá!

Les hommes retenaient leur souffle, ignorant qu'ils ne respiraient même pas.

Mọi người nín thở, không hề biết rằng họ thậm chí không thở.

« Maintenant, TIREZ ! » cria Thornton à travers le silence glacial.

"Bây giờ, KÉO!" Thornton hét lớn trong sự im lặng lạnh giá.

L'ordre de Thornton résonna fort, comme le claquement d'un fouet.

Mệnh lệnh của Thornton vang lên sắc bén như tiếng roi quất.
Buck se jeta en avant avec un mouvement violent et saccadé.
Buck lao mình về phía trước với một cú lao mạnh mẽ và dữ dội.
Tout son corps se tendit et se contracta sous l'énorme tension.
Toàn bộ cơ thể anh căng cứng và co lại vì sức ép quá lớn.
Des muscles ondulaient sous sa fourrure comme des serpents prenant vie.
Những cơ bắp nổi lên dưới bộ lông của anh như những con rắn đang sống lại.
Sa large poitrine était basse, la tête tendue vers l'avant en direction du traîneau.
Bộ ngực lớn của nó hạ thấp, đầu vươn về phía trước hướng về phía chiếc xe trượt tuyết.
Ses pattes bougeaient comme l'éclair, ses griffes tranchant le sol gelé.
Bàn chân của nó di chuyển nhanh như chớp, móng vuốt cắt nát mặt đất đóng băng.
Des rainures ont été creusées profondément alors qu'il luttait pour chaque centimètre de traction.
Các rãnh được cắt sâu khi anh cố gắng giành từng inch lực kéo.
Le traîneau se balança, trembla et commença un mouvement lent et agité.
Chiếc xe trượt tuyết rung lắc, lắc lư và bắt đầu chuyển động chậm chạp, khó khăn.
Un pied a glissé et un homme dans la foule a gémi à haute voix.
Một bàn chân trượt đi, và một người đàn ông trong đám đông rên lên thành tiếng.
Puis le traîneau s'élança en avant dans un mouvement saccadé et brusque.
Sau đó, chiếc xe trượt tuyết lao về phía trước theo một chuyển động giật mạnh và thô bạo.
Cela ne s'est pas arrêté à nouveau - un demi-pouce... un pouce... deux pouces de plus.

Nó không dừng lại nữa — nửa inch...một inch...hai inch nữa.

Les secousses devinrent plus faibles à mesure que le traîneau commençait à prendre de la vitesse.

Những cú giật trở nên nhỏ hơn khi chiếc xe trượt tuyết bắt đầu tăng tốc.

Bientôt, Buck tirait avec une puissance douce et régulière.

Chẳng mấy chốc, Buck đã kéo được một lực lăn đều và êm ái.

Les hommes haletèrent et finirent par se rappeler de respirer à nouveau.

Mọi người thở hổn hển và cuối cùng cũng nhớ ra phải thở lại.

Ils n'avaient pas remarqué que leur souffle s'était arrêté de stupeur.

Họ không nhận ra hơi thở của mình đã ngừng lại vì kinh ngạc.

Thornton courait derrière, lançant des ordres courts et joyeux.

Thornton chạy theo sau, ra lệnh ngắn gọn và vui vẻ.

Devant nous se trouvait une pile de bois de chauffage qui marquait la distance.

Phía trước là một đống củi đánh dấu khoảng cách.

Alors que Buck s'approchait du tas, les acclamations devenaient de plus en plus fortes.

Khi Buck tiến gần đến đống củi, tiếng reo hò ngày càng lớn hơn.

Les acclamations se sont transformées en rugissement lorsque Buck a dépassé le point d'arrivée.

Tiếng reo hò vang lên khi Buck vượt qua điểm đích.

Les hommes ont sauté et crié, même Matthewson a esquissé un sourire.

Mọi người nhảy cẫng lên và la hét, ngay cả Matthewson cũng cười toe toét.

Les chapeaux volaient dans les airs, les mitaines étaient lancées sans réfléchir ni viser.

Những chiếc mũ bay lên không trung, găng tay được ném đi mà không suy nghĩ hay nhắm mục tiêu.

Les hommes se sont attrapés et se sont serré la main sans savoir à qui.

Những người đàn ông nắm lấy tay nhau và bắt tay mà không biết là ai.
Toute la foule bourdonnait d'une célébration folle et joyeuse.
Toàn thể đám đông xôn xao trong niềm vui hân hoan, phấn khích.
Thornton tomba à genoux à côté de Buck, les mains tremblantes.
Thornton quỳ xuống bên cạnh Buck với đôi tay run rẩy.
Il pressa sa tête contre celle de Buck et le secoua doucement d'avant en arrière.
Anh áp đầu mình vào đầu Buck và lắc nhẹ nó qua lại.
Ceux qui s'approchaient l'entendaient maudire le chien avec un amour silencieux.
Những người đến gần đều nghe thấy anh ta chửi con chó một cách lặng lẽ.
Il a insulté Buck pendant un long moment, doucement, chaleureusement, avec émotion.
Anh ta chửi Buck rất lâu - nhẹ nhàng, nồng nhiệt, đầy cảm xúc.
« Bien, monsieur ! Bien, monsieur ! » s'écria précipitamment le roi du Banc Skookum.
"Tốt lắm, thưa ngài! Tốt lắm, thưa ngài!" Vua Skookum Bench vội vã kêu lên.
« Je vous donne mille, non, douze cents, pour ce chien, monsieur ! »
"Tôi sẽ trả cho ông một nghìn, không, một nghìn hai trăm, cho con chó đó, thưa ông!"
Thornton se leva lentement, les yeux brillants d'émotion.
Thornton từ từ đứng dậy, đôi mắt sáng lên đầy cảm xúc.
Les larmes coulaient ouvertement sur ses joues sans aucune honte.
Nước mắt tuôn rơi trên má anh mà không hề xấu hổ.
« Monsieur », dit-il au roi du banc Skookum, ferme et posé.
"Thưa ngài," anh ta nói với vua Skookum Bench, giọng đều đều và kiên định

« Non, monsieur. Allez au diable, monsieur. C'est ma réponse définitive. »

"Không, thưa ngài. Ngài có thể xuống địa ngục, thưa ngài. Đó là câu trả lời cuối cùng của tôi."

Buck attrapa doucement la main de Thornton dans ses mâchoires puissantes.

Buck nhẹ nhàng nắm lấy tay Thornton bằng bộ hàm khỏe mạnh của mình.

Thornton le secoua de manière enjouée, leur lien étant plus profond que jamais.

Thornton lắc anh một cách vui vẻ, mối quan hệ của họ vẫn sâu sắc như ngày nào.

La foule, émue par l'instant, recula en silence.

Đám đông, xúc động trước khoảnh khắc đó, đã lùi lại trong im lặng.

Dès lors, personne n'osa interrompre cette affection si sacrée.

Từ đó trở đi, không ai dám làm gián đoạn tình cảm thiêng liêng đó nữa.

Le son de l'appel
Tiếng gọi

Buck avait gagné seize cents dollars en cinq minutes.
Buck đã kiếm được một nghìn sáu trăm đô la trong năm phút.
Cet argent a permis à John Thornton de payer une partie de ses dettes.
Số tiền này giúp John Thornton trả bớt một số khoản nợ.
Avec le reste de l'argent, il se dirigea vers l'Est avec ses partenaires.
Với số tiền còn lại, ông cùng các cộng sự của mình đi về phía Đông.
Ils cherchaient une mine perdue légendaire, aussi vieille que le pays lui-même.
Họ tìm kiếm một mỏ vàng bị mất tích trong truyền thuyết, có niên đại lâu đời như chính đất nước này.
Beaucoup d'hommes avaient cherché la mine, mais peu l'avaient trouvée.
Nhiều người đã đi tìm mỏ, nhưng rất ít người tìm thấy nó.
Plus d'un homme avait disparu au cours de cette quête dangereuse.
Không ít người đã biến mất trong cuộc hành trình nguy hiểm này.
Cette mine perdue était enveloppée à la fois de mystère et d'une vieille tragédie.
Mỏ than bị mất này ẩn chứa cả sự bí ẩn và bi kịch cũ.
Personne ne savait qui avait été le premier homme à découvrir la mine.
Không ai biết người đầu tiên tìm ra mỏ là ai.
Les histoires les plus anciennes ne mentionnent personne par son nom.
Những câu chuyện cổ nhất không nhắc đến tên bất kỳ ai.
Il y avait toujours eu là une vieille cabane délabrée.
Ở đó luôn có một túp lều cũ kỹ, ọp ẹp.
Des hommes mourants avaient juré qu'il y avait une mine à côté de cette vieille cabane.

Những người đàn ông hấp hối đã thề rằng có một mỏ bên cạnh ngôi nhà gỗ cũ đó.

Ils ont prouvé leurs histoires avec de l'or comme on n'en trouve nulle part ailleurs.

Họ đã chứng minh câu chuyện của mình bằng vàng mà không nơi nào có được.

Aucune âme vivante n'avait jamais pillé le trésor de cet endroit.

Chưa có một sinh vật sống nào có thể cướp được kho báu ở nơi đó.

Les morts étaient morts, et les morts ne racontent pas d'histoires.

Người chết đã chết, và người chết thì không kể lại chuyện gì.

Thornton et ses amis se dirigèrent donc vers l'Est.

Vì vậy Thornton và bạn bè của ông đã tiến về phía Đông.

Pete et Hans se sont joints à eux, amenant Buck et six chiens forts.

Pete và Hans cũng tham gia, mang theo Buck và sáu chú chó khỏe mạnh.

Ils se sont lancés sur un chemin inconnu là où d'autres avaient échoué.

Họ bắt đầu đi theo một con đường chưa ai biết đến mà nhiều người khác đã thất bại.

Ils ont parcouru soixante-dix milles en traîneau sur le fleuve Yukon gelé.

Họ trượt tuyết bảy mươi dặm trên dòng sông Yukon đóng băng.

Ils tournèrent à gauche et suivirent le sentier jusqu'au Stewart.

Họ rẽ trái và đi theo con đường mòn vào Stewart.

Ils passèrent le Mayo et le McQuestion, poursuivant leur route.

Họ đi qua Mayo và McQuestion và tiến xa hơn.

Le Stewart s'est rétréci en un ruisseau, traversant des pics déchiquetés.

Sông Stewart co lại thành một dòng suối, len lỏi qua những đỉnh núi gồ ghề.

Ces pics acérés marquaient l'épine dorsale même du continent.
Những đỉnh núi nhọn này đánh dấu chính xương sống của lục địa.
John Thornton exigeait peu des hommes ou de la nature sauvage.
John Thornton không đòi hỏi nhiều ở con người hay vùng đất hoang dã.
Il ne craignait rien dans la nature et affrontait la nature sauvage avec aisance.
Ông không sợ bất cứ điều gì trong thiên nhiên và đối mặt với thiên nhiên hoang dã một cách dễ dàng.
Avec seulement du sel et un fusil, il pouvait voyager où il le souhaitait.
Chỉ cần muối và một khẩu súng trường, anh ta có thể đi đến bất cứ nơi nào mình muốn.
Comme les indigènes, il chassait de la nourriture pendant ses voyages.
Giống như người bản xứ, ông săn bắt thức ăn trong suốt cuộc hành trình.
S'il n'attrapait rien, il continuait, confiant en la chance qui l'attendait.
Nếu không bắt được gì, anh ta vẫn tiếp tục đi, tin tưởng vào may mắn phía trước.
Au cours de ce long voyage, la viande était la principale nourriture qu'ils mangeaient.
Trong chuyến đi dài này, thịt là thức ăn chính của họ.
Le traîneau contenait des outils et des munitions, mais aucun horaire strict.
Chiếc xe trượt tuyết chở theo dụng cụ và đạn dược, nhưng không có thời gian biểu cụ thể.
Buck adorait cette errance, la chasse et la pêche sans fin.
Buck thích thú với việc lang thang này; săn bắn và câu cá bất tận.
Pendant des semaines, ils ont voyagé jour après jour.
Trong nhiều tuần, họ đi du lịch liên tục ngày này qua ngày khác.

D'autres fois, ils établissaient des camps et restaient immobiles pendant des semaines.
Những lần khác, họ dựng trại và ở lại đó trong nhiều tuần.
Les chiens se reposaient pendant que les hommes creusaient dans la terre gelée.
Những chú chó nghỉ ngơi trong khi những người đàn ông đào bới trong lớp đất đóng băng.
Ils chauffaient des poêles sur des feux et cherchaient de l'or caché.
Họ hơ chảo trên lửa và tìm kiếm vàng ẩn giấu.
Certains jours, ils souffraient de faim, et d'autres jours, ils faisaient des festins.
Có ngày họ phải chịu đói, có ngày họ lại mở tiệc.
Leurs repas dépendaient du gibier et de la chance de la chasse.
Bữa ăn của họ phụ thuộc vào trò chơi và may mắn khi đi săn.
Quand l'été arrivait, les hommes et les chiens chargeaient des charges sur leur dos.
Khi mùa hè đến, đàn ông và chó thường chất nhiều đồ đạc lên lưng.
Ils ont fait du rafting sur des lacs bleus cachés dans des forêts de montagne.
Họ đi bè qua những hồ nước xanh ẩn mình trong những khu rừng trên núi.
Ils naviguaient sur des bateaux minces sur des rivières qu'aucun homme n'avait jamais cartographiées.
Họ chèo những chiếc thuyền mỏng trên những dòng sông mà chưa ai từng vẽ bản đồ.
Ces bateaux ont été construits à partir d'arbres sciés dans la nature.
Những chiếc thuyền đó được đóng từ những cây họ cưa trong tự nhiên.

Les mois passèrent et ils sillonnèrent des terres sauvages et inconnues.
Nhiều tháng trôi qua, họ đi qua những vùng đất hoang dã chưa được biết đến.

Il n'y avait pas d'hommes là-bas, mais de vieilles traces suggéraient qu'il y en avait eu.
Không có người đàn ông nào ở đó, nhưng những dấu vết cũ cho thấy đã từng có người đàn ông ở đó.

Si la Cabane Perdue était réelle, alors d'autres étaient déjà passés par là.
Nếu Lost Cabin là có thật thì đã từng có người đi qua đây.

Ils traversaient des cols élevés dans des blizzards, même pendant l'été.
Họ vượt qua những con đèo cao trong bão tuyết, ngay cả vào mùa hè.

Ils frissonnaient sous le soleil de minuit sur les pentes nues des montagnes.
Họ run rẩy dưới ánh mặt trời lúc nửa đêm trên những sườn núi trơ trụi.

Entre la limite des arbres et les champs de neige, ils montaient lentement.
Giữa hàng cây và bãi tuyết, họ leo lên chậm rãi.

Dans les vallées chaudes, ils écrasaient des nuages de moucherons et de mouches.
Ở những thung lũng ấm áp, họ đập tan những đám ruồi và muỗi.

Ils cueillaient des baies sucrées près des glaciers en pleine floraison estivale.
Họ hái những quả mọng ngọt gần các sông băng đang nở rộ vào mùa hè.

Les fleurs qu'ils ont trouvées étaient aussi belles que celles du Southland.
Những bông hoa họ tìm thấy cũng đẹp như những bông hoa ở miền Nam.

Cet automne-là, ils atteignirent une région solitaire remplie de lacs silencieux.
Mùa thu năm đó, họ đến một vùng đất vắng vẻ với những hồ nước yên tĩnh.

La terre était triste et vide, autrefois pleine d'oiseaux et de bêtes.

Vùng đất này buồn bã và trống trải, trước kia từng có nhiều loài chim và thú sinh sống.

Il n'y avait plus de vie, seulement le vent et la glace qui se formait dans les flaques.

Bây giờ không còn sự sống nữa, chỉ còn gió và băng hình thành trong các vũng nước.

Les vagues s'écrasaient sur les rivages déserts avec un son doux et lugubre.

Sóng vỗ vào bờ vắng vẻ với âm thanh nhẹ nhàng, buồn thảm.

Un autre hiver arriva et ils suivirent à nouveau de vieux sentiers lointains.

Một mùa đông nữa lại đến, và họ lại đi theo những con đường mòn cũ kỹ, mờ nhạt.

C'étaient les traces d'hommes qui les avaient cherchés bien avant eux.

Đây là dấu vết của những người đã tìm kiếm trước họ từ lâu.

Un jour, ils trouvèrent un chemin creusé profondément dans la forêt sombre.

Một lần họ tìm thấy một con đường mòn sâu vào khu rừng tối tăm.

C'était un vieux sentier, et ils sentaient que la cabane perdue était proche.

Đó là một con đường mòn cũ và họ cảm thấy căn nhà gỗ bị mất ở gần đó.

Mais le sentier ne menait nulle part et s'enfonçait dans les bois épais.

Nhưng con đường mòn chẳng dẫn tới đâu cả mà lại chìm sâu vào trong khu rừng rậm rạp.

Personne ne savait qui avait fait ce sentier et pourquoi.

Không ai biết ai là người đã tạo ra con đường này và tại sao họ lại tạo ra nó.

Plus tard, ils ont trouvé l'épave d'un lodge caché parmi les arbres.

Sau đó, họ tìm thấy xác một ngôi nhà gỗ ẩn giữa những cái cây.

Des couvertures pourries gisaient éparpillées là où quelqu'un avait dormi.
Những tấm chăn mục nát nằm rải rác ở nơi mà ai đó từng ngủ.
John Thornton a trouvé un fusil à silex à long canon enterré à l'intérieur.
John Thornton tìm thấy một khẩu súng hỏa mai nòng dài được chôn bên trong.
Il savait qu'il s'agissait d'un fusil de la Baie d'Hudson depuis les premiers jours de son commerce.
Ông biết đây là súng Hudson Bay từ những ngày đầu giao dịch.
À cette époque, ces armes étaient échangées contre des piles de peaux de castor.
Vào thời đó, những khẩu súng như vậy được trao đổi để lấy những chồng da hải ly.
C'était tout : il ne restait aucune trace de l'homme qui avait construit le lodge.
Chỉ có thế thôi—không còn manh mối nào về người đàn ông đã xây dựng ngôi nhà nghỉ.

Le printemps est revenu et ils n'ont trouvé aucun signe de la Cabane Perdue.
Mùa xuân lại đến và họ vẫn không tìm thấy dấu hiệu nào của Căn nhà gỗ bị mất.
Au lieu de cela, ils trouvèrent une large vallée avec un ruisseau peu profond.
Thay vào đó, họ tìm thấy một thung lũng rộng với một dòng suối nông.
L'or recouvrait le fond des casseroles comme du beurre jaune et lisse.
Vàng trải khắp đáy chảo như bơ vàng mịn.
Ils s'arrêtèrent là et ne cherchèrent plus la cabane.
Họ dừng lại ở đó và không tiếp tục tìm kiếm căn nhà gỗ nữa.
Chaque jour, ils travaillaient et trouvaient des milliers de pièces d'or en poudre.
Mỗi ngày họ làm việc và tìm thấy hàng ngàn hạt bụi vàng.

Ils ont emballé l'or dans des sacs de peau d'élan, de cinquante livres chacun.
Họ đóng gói vàng vào những túi da nai, mỗi túi nặng năm mươi pound.
Les sacs étaient empilés comme du bois de chauffage à l'extérieur de leur petite loge.
Những chiếc túi được xếp chồng lên nhau như củi bên ngoài căn nhà nhỏ của họ.
Ils travaillaient comme des géants et les jours passaient comme des rêves rapides.
Họ làm việc như những người khổng lồ, và những ngày tháng trôi qua như một giấc mơ ngắn ngủi.
Ils ont amassé des trésors au fil des jours sans fin.
Họ tích lũy của cải khi những ngày tháng vô tận trôi qua nhanh chóng.
Les chiens n'avaient pas grand-chose à faire, à part transporter de la viande de temps en temps.
Lũ chó chẳng có việc gì làm ngoài việc thỉnh thoảng kéo thịt.
Thornton chassait et tuait le gibier, et Buck restait allongé près du feu.
Thornton săn và giết chết con mồi, còn Buck nằm bên đống lửa.
Il a passé de longues heures en silence, perdu dans ses pensées et ses souvenirs.
Ông dành nhiều giờ trong im lặng, đắm chìm trong suy nghĩ và ký ức.
L'image de l'homme poilu revenait de plus en plus souvent à l'esprit de Buck.
Hình ảnh người đàn ông lông lá đó thường xuyên xuất hiện trong tâm trí Buck.
Maintenant que le travail se faisait rare, Buck rêvait en clignant des yeux devant le feu.
Bây giờ công việc trở nên khan hiếm, Buck mơ màng trong khi chớp mắt nhìn ngọn lửa.
Dans ces rêves, Buck errait avec l'homme dans un autre monde.

Trong những giấc mơ đó, Buck lang thang cùng người đàn ông ở một thế giới khác.

La peur semblait être le sentiment le plus fort dans ce monde lointain.

Sợ hãi dường như là cảm giác mạnh mẽ nhất trong thế giới xa xôi ấy.

Buck vit l'homme poilu dormir avec la tête baissée.

Buck nhìn thấy người đàn ông lông lá kia ngủ với đầu cúi thấp.

Ses mains étaient jointes et son sommeil était agité et interrompu.

Hai bàn tay anh nắm chặt, giấc ngủ không yên và chập chờn.

Il se réveillait en sursaut et regardait avec crainte dans le noir.

Ông thường giật mình tỉnh giấc và nhìn chằm chằm vào bóng tối một cách sợ hãi.

Ensuite, il jetait plus de bois sur le feu pour garder la flamme vive.

Sau đó, anh ta ném thêm củi vào lửa để giữ ngọn lửa sáng.

Parfois, ils marchaient le long d'une plage au bord d'une mer grise et infinie.

Đôi khi họ đi bộ dọc theo bãi biển, bên cạnh một vùng biển xám xịt, vô tận.

L'homme poilu ramassait des coquillages et les mangeait en marchant.

Người đàn ông lông lá này vừa đi vừa nhặt sò và ăn.

Ses yeux cherchaient toujours des dangers cachés dans l'ombre.

Đôi mắt anh luôn tìm kiếm những mối nguy hiểm tiềm ẩn trong bóng tối.

Ses jambes étaient toujours prêtes à sprinter au premier signe de menace.

Đôi chân của anh luôn sẵn sàng chạy nước rút khi có dấu hiệu đe dọa đầu tiên.

Ils rampaient à travers la forêt, silencieux et méfiants, côte à côte.

Họ rón rén đi qua khu rừng, im lặng và thận trọng, song hành cùng nhau.

Buck le suivit sur ses talons, et tous deux restèrent vigilants.

Buck bám sát theo sau, và cả hai đều giữ thái độ cảnh giác.

Leurs oreilles frémissaient et bougeaient, leurs nez reniflaient l'air.

Tai chúng giật giật và chuyển động, mũi chúng hít ngửi không khí.

L'homme pouvait entendre et sentir la forêt aussi intensément que Buck.

Người đàn ông có thể nghe và ngửi thấy mùi của khu rừng nhạy bén như Buck.

L'homme poilu se balançait à travers les arbres avec une vitesse soudaine.

Người đàn ông lông lá lao nhanh qua những cái cây với tốc độ đột ngột.

Il sautait de branche en branche, sans jamais lâcher prise.

Anh ta nhảy từ cành cây này sang cành cây khác mà không hề trượt tay.

Il se déplaçait aussi vite au-dessus du sol que sur celui-ci.

Anh ta di chuyển trên mặt đất cũng nhanh như khi ở trên mặt đất.

Buck se souvenait des longues nuits passées sous les arbres, à veiller.

Buck nhớ lại những đêm dài thức trắng dưới gốc cây để canh gác.

L'homme dormait perché dans les branches, s'accrochant fermement.

Người đàn ông ngủ trên cành cây, bám chặt vào đó.

Cette vision de l'homme poilu était étroitement liée à l'appel des profondeurs.

Hình ảnh người đàn ông lông lá này gắn chặt với tiếng gọi sâu thẳm.

L'appel résonnait toujours à travers la forêt avec une force obsédante.

Tiếng gọi vẫn vang vọng khắp khu rừng với sức mạnh ám ảnh.

L'appel remplit Buck de désir et d'un sentiment de joie incessant.
Tiếng gọi đó khiến Buck tràn ngập nỗi khao khát và cảm giác vui sướng vô bờ.
Il ressentait d'étranges pulsions et des frémissements qu'il ne pouvait nommer.
Anh cảm thấy những thôi thúc và sự thôi thúc kỳ lạ mà anh không thể gọi tên.
Parfois, il suivait l'appel au plus profond des bois tranquilles.
Đôi khi anh ta đi theo tiếng gọi vào sâu trong khu rừng yên tĩnh.
Il cherchait l'appel, aboyant doucement ou fort au fur et à mesure.
Anh ta tìm kiếm tiếng gọi, sủa nhẹ hoặc sủa dữ dội khi đi qua.
Il renifla la mousse et la terre noire où poussaient les herbes.
Anh ta hít hà mùi rêu và đất đen nơi cỏ mọc.
Il renifla de plaisir aux riches odeurs de la terre profonde.
Anh ta khịt mũi thích thú trước mùi hương nồng nàn của đất sâu.
Il s'est accroupi pendant des heures derrière des troncs couverts de champignons.
Anh ta ngồi khom lưng hàng giờ sau những thân cây phủ đầy nấm.
Il resta immobile, écoutant les yeux écarquillés chaque petit bruit.
Anh đứng im, mở to mắt lắng nghe mọi âm thanh nhỏ nhất.
Il espérait peut-être surprendre la chose qui avait lancé l'appel.
Có lẽ ông ấy hy vọng sẽ làm cho vật đã gọi điện kia ngạc nhiên.
Il ne savait pas pourquoi il agissait de cette façon, il le faisait simplement.
Anh không biết tại sao mình lại hành động như vậy — anh chỉ đơn giản là biết vậy.
Les pulsions venaient du plus profond de moi, au-delà de la pensée ou de la raison.

Những thôi thúc đó đến từ sâu thẳm bên trong, vượt ra ngoài suy nghĩ hay lý trí.

Des envies irrésistibles s'emparèrent de Buck sans avertissement ni raison.

Những ham muốn không thể cưỡng lại cứ thôi thúc Buck mà không hề có lời cảnh báo hay lý do.

Parfois, il somnolait paresseusement dans le camp sous la chaleur de midi.

Đôi khi anh ta ngủ gật một cách lười biếng trong trại dưới cái nóng buổi trưa.

Soudain, sa tête se releva et ses oreilles se dressèrent en alerte.

Đột nhiên, đầu anh ta ngẩng lên và tai dựng lên cảnh giác.

Puis il se leva d'un bond et se précipita dans la nature sans s'arrêter.

Sau đó, anh ta bật dậy và lao vào nơi hoang dã mà không dừng lại.

Il a couru pendant des heures à travers les sentiers forestiers et les espaces ouverts.

Anh ấy chạy hàng giờ qua những con đường trong rừng và những không gian mở.

Il aimait suivre les lits des ruisseaux asséchés et espionner les oiseaux dans les arbres.

Ông thích đi theo những lòng suối khô cạn và ngắm nhìn những chú chim trên cây.

Il pouvait rester caché toute la journée, à regarder les perdrix se pavaner.

Anh ta có thể nằm ẩn mình cả ngày, quan sát những con chim gô đi lại thong thả.

Ils tambourinaient et marchaient, inconscients de la présence de Buck.

Họ vừa đánh trống vừa diễu hành, không hề biết đến sự hiện diện của Buck.

Mais ce qu'il aimait le plus, c'était courir au crépuscule en été.

Nhưng điều anh thích nhất là chạy bộ vào lúc chạng vạng mùa hè.

La faible lumière et les bruits endormis de la forêt le remplissaient de joie.
Ánh sáng mờ ảo và âm thanh buồn ngủ của khu rừng khiến anh tràn ngập niềm vui.
Il lisait les panneaux forestiers aussi clairement qu'un homme lit un livre.
Anh ấy đọc các biển báo trong rừng rõ ràng như một người đọc sách.
Et il cherchait toujours la chose étrange qui l'appelait.
Và anh luôn tìm kiếm thứ kỳ lạ đã gọi anh.
Cet appel ne s'est jamais arrêté : il l'atteignait qu'il soit éveillé ou endormi.
Tiếng gọi đó không bao giờ dừng lại - nó vẫn vang vọng đến anh dù anh đang thức hay đang ngủ.

Une nuit, il se réveilla en sursaut, les yeux perçants et les oreilles hautes.
Một đêm nọ, anh ta giật mình tỉnh giấc, mắt mở to và tai dựng lên.
Ses narines se contractaient tandis que sa crinière se dressait en vagues.
Lỗ mũi của nó giật giật trong khi bờm của nó dựng đứng lên từng đợt.
Du plus profond de la forêt, le son résonna à nouveau, le vieil appel.
Từ sâu trong rừng lại vang lên âm thanh ấy, tiếng gọi xưa.
Cette fois, le son résonnait clairement, un hurlement long, obsédant et familier.
Lần này âm thanh vang lên rõ ràng, một tiếng hú dài, ám ảnh và quen thuộc.
C'était comme le cri d'un husky, mais d'un ton étrange et sauvage.
Nó giống như tiếng kêu của loài chó husky, nhưng có âm điệu kỳ lạ và hoang dã.
Buck reconnut immédiatement le son – il avait entendu exactement le même son depuis longtemps.

Buck nhận ra âm thanh đó ngay lập tức—anh đã từng nghe chính xác âm thanh đó từ lâu rồi.

Il sauta à travers le camp et disparut rapidement dans les bois.

Anh ta nhảy qua trại và nhanh chóng biến mất vào trong rừng.

Alors qu'il s'approchait du bruit, il ralentit et se déplaça avec précaution.

Khi đến gần nơi có tiếng động, anh ta chậm lại và di chuyển cẩn thận.

Bientôt, il atteignit une clairière entre d'épais pins.

Chẳng mấy chốc anh đã tới một khoảng đất trống giữa những cây thông rậm rạp.

Là, debout sur ses pattes arrière, était assis un loup des bois grand et maigre.

Ở đó, một con sói gỗ cao gầy đang ngồi thẳng trên hai chân sau.

Le nez du loup pointait vers le ciel, résonnant toujours de l'appel.

Mũi con sói hướng lên trời, vẫn vang vọng tiếng gọi.

Buck n'avait émis aucun son, mais le loup s'arrêta et écouta.

Buck không hề phát ra tiếng động nào, nhưng con sói vẫn dừng lại và lắng nghe.

Sentant quelque chose, le loup se tendit, scrutant l'obscurité.

Cảm nhận được điều gì đó, con sói căng thẳng, tìm kiếm trong bóng tối.

Buck apparut en rampant, le corps bas, les pieds immobiles sur le sol.

Buck từ từ xuất hiện, thân hình cúi thấp, chân đặt nhẹ nhàng trên mặt đất.

Sa queue était droite, son corps enroulé sous la tension.

Đuôi của nó thẳng, thân mình cuộn chặt lại vì căng thẳng.

Il a montré à la fois une menace et une sorte d'amitié brutale.

Anh ta vừa tỏ ra đe dọa vừa có vẻ thân thiện.

C'était le salut prudent partagé par les bêtes sauvages.

Đó là lời chào thận trọng thường thấy ở các loài thú hoang dã.

Mais le loup se retourna et s'enfuit dès qu'il vit Buck.
Nhưng con sói quay lại và bỏ chạy ngay khi nhìn thấy Buck.
Buck se lança à sa poursuite, sautant sauvagement, désireux de le rattraper.
Buck đuổi theo, nhảy loạn xạ, háo hức muốn bắt kịp nó.
Il suivit le loup dans un ruisseau asséché bloqué par un embâcle.
Anh ta đi theo con sói vào một con suối khô cạn bị chặn bởi một đống gỗ.
Acculé, le loup se retourna et tint bon.
Bị dồn vào chân tường, con sói quay lại và đứng im.
Le loup grognait et claquait comme un chien husky pris au piège dans un combat.
Con sói gầm gừ và cắn như một con chó husky bị mắc bẫy trong một cuộc chiến.
Les dents du loup claquaient rapidement, son corps se hérissant d'une fureur sauvage.
Răng của con sói va vào nhau lập cập, cơ thể nó dựng đứng lên vì cơn thịnh nộ dữ dội.
Buck n'attaqua pas mais encercla le loup avec une gentillesse prudente.
Buck không tấn công mà chỉ đi vòng quanh con sói một cách thân thiện và thận trọng.
Il a essayé de bloquer sa fuite par des mouvements lents et inoffensifs.
Anh ta cố gắng chặn đường thoát của hắn bằng những chuyển động chậm rãi, vô hại.
Le loup était méfiant et effrayé : Buck le dépassait trois fois.
Con sói cảnh giác và sợ hãi—Buck nặng hơn nó gấp ba lần.
La tête du loup atteignait à peine l'épaule massive de Buck.
Đầu của con sói chỉ cao tới vai to lớn của Buck.
À l'affût d'une brèche, le loup s'est enfui et la poursuite a repris.
Nhìn thấy khoảng trống, con sói chạy vụt đi và cuộc rượt đuổi lại bắt đầu.
Plusieurs fois, Buck l'a coincé et la danse s'est répétée.

Buck đã nhiều lần dồn anh vào chân tường và điệu nhảy lại được lặp lại.

Le loup était maigre et faible, sinon Buck n'aurait pas pu l'attraper.

Con sói gầy và yếu, nếu không thì Buck không thể bắt được nó.

Chaque fois que Buck s'approchait, le loup se retournait et lui faisait face avec peur.

Mỗi lần Buck đến gần, con sói lại quay lại và đối mặt với Buck trong sợ hãi.

Puis, à la première occasion, il s'est précipité dans les bois une fois de plus.

Sau đó, ngay khi có cơ hội, anh ta lại lao vào rừng một lần nữa.

Mais Buck n'a pas abandonné et finalement le loup a fini par lui faire confiance.

Nhưng Buck không bỏ cuộc và cuối cùng con sói cũng tin tưởng Buck.

Il renifla le nez de Buck, et les deux devinrent joueurs et alertes.

Anh ta hít mũi Buck và cả hai trở nên vui tươi và cảnh giác.

Ils jouaient comme des animaux sauvages, féroces mais timides dans leur joie.

Họ chơi đùa như những con thú hoang dã, hung dữ nhưng cũng rất nhút nhát trong niềm vui.

Au bout d'un moment, le loup s'éloigna au trot avec un calme déterminé.

Một lúc sau, con sói bước đi với thái độ bình tĩnh.

Il a clairement montré à Buck qu'il voulait être suivi.

Anh ta tỏ rõ ý muốn cho Buck biết là anh ta muốn bị theo dõi.

Ils couraient côte à côte dans l'obscurité du crépuscule.

Họ chạy cạnh nhau trong bóng tối lúc chạng vạng.

Ils suivirent le lit du ruisseau jusqu'à la gorge rocheuse.

Họ đi theo lòng suối lên hẻm núi đá.

Ils traversèrent une ligne de partage des eaux froide où le ruisseau avait pris sa source.

Họ băng qua một ranh giới lạnh giá, nơi dòng suối bắt đầu.

Sur la pente la plus éloignée, ils trouvèrent une vaste forêt et de nombreux ruisseaux.
Trên sườn dốc xa hơn, họ tìm thấy một khu rừng rộng lớn và nhiều dòng suối.

À travers ce vaste territoire, ils ont couru pendant des heures sans s'arrêter.
Qua vùng đất rộng lớn này, họ chạy hàng giờ liền mà không dừng lại.

Le soleil se leva plus haut, l'air devint chaud, mais ils continuèrent à courir.
Mặt trời lên cao hơn, không khí ấm lên, nhưng họ vẫn chạy tiếp.

Buck était rempli de joie : il savait qu'il répondait à son appel.
Buck tràn ngập niềm vui—anh biết mình đã trả lời được tiếng gọi của mình.

Il courut à côté de son frère de la forêt, plus près de la source de l'appel.
Anh chạy bên cạnh người anh em trong rừng của mình, đến gần nguồn phát ra tiếng gọi hơn.

De vieux sentiments sont revenus, puissants et difficiles à ignorer.
Những cảm xúc cũ lại ùa về, mạnh mẽ và khó có thể bỏ qua.

C'étaient les vérités derrière les souvenirs de ses rêves.
Đây chính là sự thật ẩn sau những ký ức trong giấc mơ của anh.

Il avait déjà fait tout cela auparavant, dans un monde lointain et obscur.
Anh đã từng làm tất cả những điều này trước đây trong một thế giới xa xôi và tối tăm.

Il recommença alors, courant librement avec le ciel ouvert au-dessus.
Bây giờ anh lại làm điều này một lần nữa, chạy thật nhanh trên bầu trời rộng mở phía trên.

Ils s'arrêtèrent près d'un ruisseau pour boire l'eau froide qui coulait.

Họ dừng lại bên một dòng suối để uống nước mát lạnh chảy từ đó.
Alors qu'il buvait, Buck se souvint soudain de John Thornton.
Trong lúc uống, Buck đột nhiên nhớ đến John Thornton.
Il s'assit en silence, déchiré par l'attrait de la loyauté et de l'appel.
Anh ngồi xuống trong im lặng, bị giằng xé bởi lòng trung thành và tiếng gọi.
Le loup continua à trotter, mais revint pour pousser Buck à avancer.
Con sói chạy tiếp nhưng rồi quay lại thúc Buck tiến về phía trước.
Il renifla son nez et essaya de le cajoler avec des gestes doux.
Anh ta hít mũi và cố gắng dụ dỗ nó bằng những cử chỉ nhẹ nhàng.
Mais Buck se retourna et reprit le chemin par lequel il était venu.
Nhưng Buck quay lại và đi ngược lại con đường mà anh đã đi tới.
Le loup courut à côté de lui pendant un long moment, gémissant doucement.
Con sói chạy bên cạnh anh ta một hồi lâu, khẽ rên rỉ.
Puis il s'assit, leva le nez et poussa un long hurlement.
Sau đó, nó ngồi xuống, hếch mũi lên và hú một tiếng dài.
C'était un cri lugubre, qui s'adoucit à mesure que Buck s'éloignait.
Đó là tiếng kêu đau buồn, rồi dịu đi khi Buck bước đi.
Buck écouta le son du cri s'estomper lentement dans le silence de la forêt.
Buck lắng nghe tiếng kêu dần dần nhỏ dần vào sự im lặng của khu rừng.
John Thornton était en train de dîner lorsque Buck a fait irruption dans le camp.
John Thornton đang ăn tối thì Buck chạy vào trại.
Buck sauta sauvagement sur lui, le léchant, le mordant et le faisant culbuter.

Buck nhảy bổ vào anh ta một cách điên cuồng, liếm, cắn và làm anh ta ngã nhào.

Il l'a renversé, s'est hissé dessus et l'a embrassé sur le visage.

Anh ta đẩy anh ta ngã, trèo lên người anh ta và hôn vào mặt anh ta.

Thornton appelait cela avec affection « jouer le fou du commun ».

Thornton trìu mến gọi đây là "hành động đóng vai kẻ ngốc".

Pendant tout ce temps, il maudissait doucement Buck et le secouait d'avant en arrière.

Trong lúc đó, anh ta khẽ chửi Buck và lắc nó qua lại.

Pendant deux jours et deux nuits entières, Buck n'a pas quitté le camp une seule fois.

Trong suốt hai ngày hai đêm, Buck không hề rời khỏi trại một lần nào.

Il est resté proche de Thornton et ne l'a jamais quitté des yeux.

Anh ta luôn theo sát Thornton và không bao giờ rời mắt khỏi anh ta.

Il le suivait pendant qu'il travaillait et le regardait pendant qu'il mangeait.

Anh ta theo dõi anh ta khi anh ta làm việc và quan sát anh ta khi anh ta ăn.

Il voyait Thornton dans ses couvertures la nuit et dehors chaque matin.

Anh nhìn thấy Thornton trùm chăn vào ban đêm và ra ngoài vào mỗi buổi sáng.

Mais bientôt l'appel de la forêt revint, plus fort que jamais.

Nhưng tiếng gọi của khu rừng lại sớm trở lại, to hơn bao giờ hết.

Buck devint à nouveau agité, agité par les pensées du loup sauvage.

Buck lại cảm thấy bồn chồn, lo lắng khi nghĩ đến con sói hoang.

Il se souvenait de la terre ouverte et de la course côte à côte.

Anh nhớ vùng đất rộng mở và những lần chạy song song.

Il commença à errer à nouveau dans la forêt, seul et alerte.

Anh ta bắt đầu lang thang vào rừng một lần nữa, một mình và cảnh giác.

Mais le frère sauvage ne revint pas et le hurlement ne fut pas entendu.

Nhưng người anh em hoang dã đã không quay trở lại và tiếng hú cũng không còn nữa.

Buck a commencé à dormir dehors, restant absent pendant des jours.

Buck bắt đầu ngủ ngoài trời, có khi mất đến nhiều ngày.

Une fois, il traversa la haute ligne de partage des eaux où le ruisseau commençait.

Có lần ông vượt qua ranh giới cao nơi con suối bắt đầu.

Il entra dans le pays des bois sombres et des larges ruisseaux.

Anh ta đi vào vùng đất có rừng cây rậm rạp và những dòng suối rộng chảy xiết.

Pendant une semaine, il a erré, à la recherche de signes de son frère sauvage.

Trong suốt một tuần, anh ta lang thang, tìm kiếm dấu hiệu của người anh em hoang dã.

Il tuait sa propre viande et voyageait à grands pas, sans relâche.

Ông tự tay giết thịt con mồi và di chuyển bằng những bước chân dài không biết mệt mỏi.

Il pêchait le saumon dans une large rivière qui se jetait dans la mer.

Ông đánh bắt cá hồi ở một con sông rộng chảy ra biển.

Là, il combattit et tua un ours noir rendu fou par les insectes.

Ở đó, anh đã chiến đấu và giết chết một con gấu đen bị côn trùng làm cho phát điên.

L'ours était en train de pêcher et courait aveuglément à travers les arbres.

Con gấu đang câu cá và chạy một cách mù quáng qua các hàng cây.

La bataille fut féroce, réveillant le profond esprit combatif de Buck.

Trận chiến diễn ra vô cùng khốc liệt, đánh thức tinh thần chiến đấu sâu sắc của Buck.

Deux jours plus tard, Buck est revenu et a trouvé des carcajous près de sa proie.

Hai ngày sau, Buck quay lại và thấy đàn chồn sói đã giết chết con mồi của mình.

Une douzaine d'entre eux se disputaient la viande avec une fureur bruyante.

Hàng chục người cãi nhau ầm ĩ vì miếng thịt.

Buck chargea et les dispersa comme des feuilles dans le vent.

Buck lao tới và làm chúng tan tác như lá cây trước gió.

Deux loups restèrent derrière, silencieux, sans vie et immobiles pour toujours.

Hai con sói vẫn đứng phía sau—im lặng, vô hồn và bất động mãi mãi.

La soif de sang était plus forte que jamais.

Cơn khát máu ngày càng mãnh liệt hơn bao giờ hết.

Buck était un chasseur, un tueur, se nourrissant de créatures vivantes.

Buck là một thợ săn, một kẻ giết người, chuyên săn bắt các sinh vật sống.

Il a survécu seul, en s'appuyant sur sa force et ses sens aiguisés.

Ông sống sót một mình, nhờ vào sức mạnh và giác quan nhạy bén của mình.

Il prospérait dans la nature, où seuls les plus résistants pouvaient vivre.

Anh ấy phát triển mạnh mẽ trong môi trường tự nhiên, nơi chỉ những kẻ mạnh mẽ nhất mới có thể sống được.

De là, une grande fierté s'éleva et remplit tout l'être de Buck.

Từ đó, một niềm tự hào lớn lao dâng trào và tràn ngập toàn bộ con người Buck.

Sa fierté se reflétait dans chacun de ses pas, dans le mouvement de chacun de ses muscles.

Niềm tự hào của ông thể hiện trong từng bước đi, trong từng đường gân cơ.

Sa fierté était aussi claire qu'un discours, visible dans la façon dont il se comportait.
Niềm tự hào của ông thể hiện rõ qua cách ông cư xử.
Même son épais pelage semblait plus majestueux et brillait davantage.
Ngay cả bộ lông dày của nó cũng trông uy nghi hơn và sáng bóng hơn.
Buck aurait pu être confondu avec un loup géant.
Buck có thể bị nhầm là một con sói gỗ khổng lồ.
À l'exception du brun sur son museau et des taches au-dessus de ses yeux.
Ngoại trừ màu nâu trên mõm và những đốm phía trên mắt.
Et la traînée de fourrure blanche qui courait au milieu de sa poitrine.
Và vệt lông trắng chạy dọc giữa ngực.
Il était encore plus grand que le plus grand loup de cette race féroce.
Nó thậm chí còn lớn hơn cả con sói lớn nhất của giống loài hung dữ đó.
Son père, un Saint-Bernard, lui a donné de la taille et une ossature lourde.
Cha của ông, một chú chó St. Bernard, đã mang lại cho ông vóc dáng to lớn và vạm vỡ.
Sa mère, une bergère, a façonné cette masse en forme de loup.
Mẹ của ông, một người chăn cừu, đã nặn khối đá đó thành hình dạng giống như loài sói.
Il avait le long museau d'un loup, bien que plus lourd et plus large.
Anh ta có mõm dài của loài sói, mặc dù nặng hơn và to hơn.
Sa tête était celle d'un loup, mais construite à une échelle massive et majestueuse.
Đầu của ông ta là đầu của một con sói, nhưng được xây dựng trên một quy mô đồ sộ, uy nghi.
La ruse de Buck était la ruse du loup et de la nature.
Sự khôn ngoan của Buck chính là sự khôn ngoan của loài sói và của thiên nhiên hoang dã.

Son intelligence lui vient à la fois du berger allemand et du Saint-Bernard.
Trí thông minh của ông được thừa hưởng từ cả giống chó chăn cừu Đức và St. Bernard.

Tout cela, ajouté à une expérience difficile, faisait de lui une créature redoutable.
Tất cả những điều này, cùng với kinh nghiệm khắc nghiệt, đã biến anh ta thành một sinh vật đáng sợ.

Il était aussi redoutable que n'importe quelle bête qui parcourait les régions sauvages du nord.
Anh ta đáng sợ như bất kỳ con thú nào lang thang ở vùng hoang dã phía bắc.

Ne se nourrissant que de viande, Buck a atteint le sommet de sa force.
Chỉ sống bằng thịt, Buck đã đạt đến đỉnh cao sức mạnh của mình.

Il débordait de puissance et de force masculine dans chaque fibre de son être.
Anh ấy tràn đầy sức mạnh và sức mạnh đàn ông trong từng thớ thịt của mình.

Lorsque Thornton lui caressait le dos, ses poils brillaient d'énergie.
Khi Thornton vuốt lưng anh, những sợi lông tỏa ra năng lượng.

Chaque cheveu crépitait, chargé du contact du magnétisme vivant.
Mỗi sợi tóc kêu lạo xạo, mang theo sức mạnh từ tính sống động.

Son corps et son cerveau étaient réglés sur le ton le plus fin possible.
Cơ thể và não bộ của ông được điều chỉnh ở mức cao nhất có thể.

Chaque nerf, chaque fibre et chaque muscle fonctionnaient en parfaite harmonie.
Mọi dây thần kinh, sợi cơ và cơ đều hoạt động một cách hoàn hảo.

À tout son ou toute vue nécessitant une action, il répondait instantanément.
Bất kỳ âm thanh hay hình ảnh nào cần hành động, ông đều phản ứng ngay lập tức.

Si un husky sautait pour attaquer, Buck pouvait sauter deux fois plus vite.
Nếu một con chó husky nhảy lên để tấn công, Buck có thể nhảy nhanh gấp đôi.

Il a réagi plus vite que les autres ne pouvaient le voir ou l'entendre.
Anh ấy phản ứng nhanh hơn những gì người khác có thể nhìn thấy hoặc nghe thấy.

La perception, la décision et l'action se sont produites en un seul instant fluide.
Nhận thức, quyết định và hành động đều diễn ra trong cùng một khoảnh khắc trôi chảy.

En vérité, ces actes étaient distincts, mais trop rapides pour être remarqués.
Trên thực tế, những hành động này diễn ra riêng biệt nhưng diễn ra quá nhanh để nhận ra.

Les intervalles entre ces actes étaient si brefs qu'ils semblaient n'en faire qu'un.
Khoảng cách giữa các hành động này quá ngắn đến nỗi chúng trông như một.

Ses muscles et son être étaient comme des ressorts étroitement enroulés.
Cơ bắp và con người của anh ta giống như những chiếc lò xo cuộn chặt.

Son corps débordait de vie, sauvage et joyeux dans sa puissance.
Cơ thể anh tràn đầy sức sống, hoang dã và vui tươi trong sức mạnh của nó.

Parfois, il avait l'impression que la force allait jaillir de lui entièrement.
Đôi lúc anh cảm thấy sức mạnh như sắp bùng nổ và thoát ra khỏi cơ thể mình.

« Il n'y a jamais eu un tel chien », a déclaré Thornton un jour tranquille.

"Chưa từng có con chó nào như vậy", Thornton nói vào một ngày yên tĩnh.

Les partenaires regardaient Buck sortir fièrement du camp.

Các cộng sự nhìn Buck sải bước đầy kiêu hãnh ra khỏi trại.

« Lorsqu'il a été créé, il a changé ce que pouvait être un chien », a déclaré Pete.

"Khi anh ấy được tạo ra, anh ấy đã thay đổi bản chất của một chú chó", Pete nói.

« Par Jésus ! Je le pense moi-même », acquiesça rapidement Hans.

"Lạy Chúa! Tôi cũng nghĩ vậy," Hans nhanh chóng đồng ý.

Ils l'ont vu s'éloigner, mais pas le changement qui s'est produit après.

Họ nhìn thấy anh ta bước đi, nhưng không thấy sự thay đổi xảy ra sau đó.

Dès qu'il est entré dans les bois, Buck s'est complètement transformé.

Ngay khi bước vào rừng, Buck đã biến đổi hoàn toàn.

Il ne marchait plus, mais se déplaçait comme un fantôme sauvage parmi les arbres.

Anh ta không còn tiến bước nữa mà di chuyển như một bóng ma hoang dã giữa những hàng cây.

Il devint silencieux, les pieds comme un chat, une lueur traversant les ombres.

Anh ta trở nên im lặng, chân như mèo, một tia sáng lóe lên xuyên qua bóng tối.

Il utilisait la couverture avec habileté, rampant sur le ventre comme un serpent.

Anh ta sử dụng khả năng ẩn nấp một cách khéo léo, bò bằng bụng như một con rắn.

Et comme un serpent, il pouvait bondir en avant et frapper en silence.

Và giống như một con rắn, anh ta có thể nhảy về phía trước và tấn công trong im lặng.

Il pourrait voler un lagopède directement dans son nid caché.
Anh ta có thể đánh cắp một con gà gô ngay từ tổ ẩn của nó.
Il a tué des lapins endormis sans un seul bruit.
Anh ta giết chết những con thỏ đang ngủ mà không phát ra một tiếng động nào.
Il pouvait attraper des tamias en plein vol alors qu'ils fuyaient trop lentement.
Anh ấy có thể bắt được những chú sóc chuột giữa không trung vì chúng chạy quá chậm.
Même les poissons dans les bassins ne pouvaient échapper à ses attaques soudaines.
Ngay cả cá trong ao cũng không thoát khỏi đòn tấn công bất ngờ của anh.
Même les castors astucieux qui réparaient les barrages n'étaient pas à l'abri de lui.
Ngay cả những con hải ly thông minh chuyên sửa đập cũng không thoát khỏi hắn.
Il tuait pour se nourrir, pas pour le plaisir, mais il préférait tuer ses propres victimes.
Anh ta giết để kiếm thức ăn chứ không phải để giải trí — nhưng thích nhất là chính tay mình giết.
Pourtant, un humour sournois traversait certaines de ses chasses silencieuses.
Tuy nhiên, đôi khi trong cuộc săn lùng thầm lặng của mình, anh vẫn có chút khiếu hài hước tinh quái.
Il s'est approché des écureuils, mais les a laissés s'échapper.
Anh ta rón rén đến gần những con sóc, nhưng lại để chúng trốn thoát.
Ils allaient fuir vers les arbres, bavardant dans une rage effrayée.
Họ định chạy trốn vào rừng, vừa chạy vừa kêu la trong sự giận dữ và sợ hãi.
À l'arrivée de l'automne, les orignaux ont commencé à apparaître en plus grand nombre.
Khi mùa thu đến, nai sừng tấm bắt đầu xuất hiện với số lượng lớn hơn.

Ils se sont déplacés lentement vers les basses vallées pour affronter l'hiver.
Họ di chuyển chậm rãi vào các thung lũng thấp để đón mùa đông.
Buck avait déjà abattu un jeune veau errant.
Buck đã bắt được một con bê con đi lạc.
Mais il aspirait à affronter des proies plus grandes et plus dangereuses.
Nhưng anh ta khao khát được đối mặt với con mồi lớn hơn và nguy hiểm hơn.
Un jour, à la ligne de partage des eaux, à la tête du ruisseau, il trouva sa chance.
Một ngày nọ trên đường phân thủy, tại đầu con suối, anh đã tìm thấy cơ hội của mình.
Un troupeau de vingt orignaux avait traversé des terres boisées.
Một đàn gồm hai mươi con nai sừng tấm đã băng qua từ vùng đất rừng rậm.
Parmi eux se trouvait un puissant taureau, le chef du groupe.
Trong số đó có một con bò đực to lớn; thủ lĩnh của nhóm.
Le taureau mesurait plus de six pieds de haut et avait l'air féroce et sauvage.
Con bò đực cao hơn sáu feet và trông rất hung dữ và hoang dã.
Il lança ses larges bois, quatorze pointes se ramifiant vers l'extérieur.
Ông ta vung cặp gạc rộng của mình, gồm mười bốn nhánh hướng ra ngoài.
Les extrémités de ces bois s'étendaient sur sept pieds de large.
Đầu của những chiếc gạc này dài tới bảy feet.
Ses petits yeux brûlaient de rage lorsqu'il aperçut Buck à proximité.
Đôi mắt nhỏ của hắn bùng cháy vì giận dữ khi phát hiện ra Buck ở gần đó.
Il poussa un rugissement furieux, tremblant de fureur et de douleur.

Hắn gầm lên một tiếng dữ dội, run rẩy vì tức giận và đau đớn.

Une pointe de flèche sortait près de son flanc, empennée et pointue.

Một đầu mũi tên nhô ra gần hông anh ta, nhọn và sắc.

Cette blessure a contribué à expliquer son humeur sauvage et amère.

Vết thương này giúp giải thích tâm trạng cay đắng, tàn bạo của ông.

Buck, guidé par un ancien instinct de chasseur, a fait son mouvement.

Được dẫn dắt bởi bản năng săn mồi cổ xưa, Buck đã hành động.

Son objectif était de séparer le taureau du reste du troupeau.

Mục đích của anh ta là tách con bò đực ra khỏi phần còn lại của đàn.

Ce n'était pas une tâche facile : il fallait de la rapidité et une ruse féroce.

Đây không phải là nhiệm vụ dễ dàng, đòi hỏi phải có tốc độ và sự khôn ngoan tuyệt vời.

Il aboyait et dansait près du taureau, juste hors de portée.

Anh ta sủa và nhảy múa gần con bò, vừa đủ xa tầm với của nó.

L'élan s'est précipité avec d'énormes sabots et des bois mortels.

Con nai sừng tấm lao tới với móng guốc lớn và cặp gạc nguy hiểm.

Un seul coup aurait pu mettre fin à la vie de Buck en un clin d'œil.

Chỉ một đòn thôi cũng có thể kết liễu mạng sống của Buck chỉ trong tích tắc.

Incapable de laisser la menace derrière lui, le taureau devint fou.

Không thể bỏ lại mối đe dọa phía sau, con bò đực trở nên điên cuồng.

Il chargea avec fureur, mais Buck s'échappa toujours.

Anh ta lao tới trong cơn giận dữ, nhưng Buck luôn trốn thoát.

Buck simula une faiblesse, l'attirant plus loin du troupeau.

Buck giả vờ yếu đuối, dụ hắn ra xa khỏi đàn.

Mais les jeunes taureaux allaient charger pour protéger le leader.

Nhưng những con bò đực non sẽ lao về phía trước để bảo vệ con đầu đàn.

Ils ont forcé Buck à battre en retraite et le taureau à rejoindre le groupe.

Họ buộc Buck phải rút lui và con bò đực phải quay trở lại nhóm.

Il y a une patience dans la nature, profonde et imparable.

Có một sự kiên nhẫn trong tự nhiên, sâu thẳm và không thể ngăn cản.

Une araignée attend immobile dans sa toile pendant d'innombrables heures.

Một con nhện nằm bất động trong mạng của nó hàng giờ liền.

Un serpent s'enroule sans tressaillement et attend que son heure soit venue.

Con rắn cuộn mình mà không hề co giật, và chờ đợi đến thời điểm thích hợp.

Une panthère se tient en embuscade, jusqu'à ce que le moment arrive.

Một con báo nằm phục kích cho đến khi thời khắc quyết định đến.

C'est la patience des prédateurs qui chassent pour survivre.

Đây là sự kiên nhẫn của những loài săn mồi để sinh tồn.

Cette même patience brûlait à l'intérieur de Buck alors qu'il restait proche.

Sự kiên nhẫn đó vẫn cháy trong Buck khi anh ở gần đó.

Il resta près du troupeau, ralentissant sa marche et suscitant la peur.

Anh ta ở gần đàn gia súc, làm chậm bước di chuyển của chúng và khuấy động nỗi sợ hãi.

Il taquinait les jeunes taureaux et harcelait les vaches mères.

Anh ta trêu chọc những chú bò đực non và quấy rối những chú bò mẹ.

Il a plongé le taureau blessé dans une rage encore plus profonde et impuissante.

Anh ta khiến con bò bị thương trở nên giận dữ và bất lực hơn.

Pendant une demi-journée, le combat s'est prolongé sans aucun répit.

Cuộc chiến kéo dài suốt nửa ngày mà không hề có sự nghỉ ngơi.

Buck attaquait sous tous les angles, rapide et féroce comme le vent.

Buck tấn công từ mọi hướng, nhanh và dữ dội như gió.

Il a empêché le taureau de se reposer ou de se cacher avec son troupeau.

Ông không cho con bò đực nghỉ ngơi hoặc trốn cùng với đàn của nó.

Le cerf a épuisé la volonté de l'élan plus vite que son corps.

Buck làm suy yếu ý chí của con nai sừng tấm nhanh hơn cơ thể của nó.

La journée passa et le soleil se coucha bas dans le ciel du nord-ouest.

Ngày trôi qua và mặt trời lặn dần ở bầu trời phía tây bắc.

Les jeunes taureaux revinrent plus lentement pour aider leur chef.

Những con bò đực trẻ quay trở lại chậm hơn để giúp đỡ con đầu đàn của chúng.

Les nuits d'automne étaient revenues et l'obscurité durait désormais six heures.

Đêm mùa thu đã trở lại và bóng tối kéo dài sáu giờ đồng hồ.

L'hiver les poussait vers des vallées plus sûres et plus chaudes.

Mùa đông đang đẩy họ xuống những thung lũng an toàn và ấm áp hơn.

Mais ils ne pouvaient toujours pas échapper au chasseur qui les retenait.

Nhưng họ vẫn không thể thoát khỏi tay thợ săn đang giữ họ lại.

Une seule vie était en jeu : pas celle du troupeau, mais celle de leur chef.

Chỉ có một mạng sống đang bị đe dọa—không phải của cả bầy, mà chỉ của thủ lĩnh.

Cela rendait la menace lointaine et non leur préoccupation urgente.
Điều đó khiến mối đe dọa trở nên xa vời và không còn là mối quan tâm cấp bách của họ.
Au fil du temps, ils ont accepté ce prix et ont laissé Buck prendre le vieux taureau.
Sau một thời gian, họ chấp nhận chi phí này và để Buck dắt con bò đực già.
Alors que le crépuscule s'installait, le vieux taureau se tenait debout, la tête baissée.
Khi hoàng hôn buông xuống, con bò già đứng cúi đầu.
Il regarda le troupeau qu'il avait conduit disparaître dans la lumière déclinante.
Anh ta nhìn đàn gia súc mà anh ta dẫn dắt biến mất vào trong ánh sáng đang mờ dần.
Il y avait des vaches qu'il avait connues, des veaux qu'il avait autrefois engendrés.
Có những con bò mà anh từng biết, những chú bê mà anh đã từng làm cha.
Il y avait des taureaux plus jeunes qu'il avait combattus et dominés au cours des saisons précédentes.
Có những con bò đực trẻ hơn mà anh đã từng chiến đấu và thống trị trong những mùa giải trước.
Il ne pouvait pas les suivre, car Buck était à nouveau accroupi devant lui.
Anh không thể đuổi theo họ được nữa vì Buck lại khom người trước mặt anh.
La terreur impitoyable aux crocs bloquait tous les chemins qu'il pouvait emprunter.
Nỗi kinh hoàng tàn nhẫn với nanh vuốt sắc nhọn đã chặn mọi con đường mà anh ta có thể đi qua.
Le taureau pesait plus de trois cents livres de puissance dense.
Con bò đực nặng hơn ba trăm pound sức mạnh dày đặc.
Il avait vécu longtemps et s'était battu avec acharnement dans un monde de luttes.

Ông đã sống lâu và chiến đấu hết mình trong một thế giới đầy đấu tranh.

Mais maintenant, à la fin, la mort venait d'une bête bien en dessous de lui.

Nhưng giờ đây, cuối cùng, cái chết đã đến từ một con quái vật thấp kém hơn anh rất nhiều.

La tête de Buck n'atteignait même pas les énormes genoux noueux du taureau.

Đầu của Buck thậm chí còn không cao tới đầu gối to lớn của con bò.

À partir de ce moment, Buck resta avec le taureau nuit et jour.

Từ lúc đó, Buck ở lại với con bò ngày đêm.

Il ne lui a jamais laissé de repos, ne lui a jamais permis de brouter ou de boire.

Ông ta không bao giờ cho nó nghỉ ngơi, không bao giờ cho nó ăn cỏ hay uống nước.

Le taureau a essayé de manger de jeunes pousses de bouleau et des feuilles de saule.

Con bò đực cố gắng ăn những chồi non của cây bạch dương và lá liễu.

Mais Buck le repoussa, toujours alerte et toujours attaquant.

Nhưng Buck đã đuổi nó đi, luôn cảnh giác và luôn tấn công.

Même dans les ruisseaux qui ruisselaient, Buck bloquait toute tentative assoiffée.

Ngay cả ở những dòng suối nhỏ giọt, Buck cũng chặn đứng mọi nỗ lực khát nước của nó.

Parfois, par désespoir, le taureau s'enfuyait à toute vitesse.

Đôi khi, trong cơn tuyệt vọng, con bò đực bỏ chạy hết tốc lực.

Buck le laissa courir, galopant calmement juste derrière, jamais très loin.

Buck để mặc anh ta chạy, bình tĩnh chạy theo sau, không bao giờ đi quá xa.

Lorsque l'élan s'arrêta, Buck s'allongea, mais resta prêt.

Khi con nai sừng tấm dừng lại, Buck nằm xuống nhưng vẫn trong tư thế sẵn sàng.

Si le taureau essayait de manger ou de boire, Buck frappait avec une fureur totale.
Nếu con bò đực cố ăn hoặc uống, Buck sẽ ra đòn rất dữ dội.
La grosse tête du taureau s'affaissait sous ses vastes bois.
Cái đầu to lớn của con bò đực cụp xuống dưới cặp gạc khổng lồ.
Son rythme ralentit, le trot devint lourd, une marche trébuchante.
Bước chân của anh chậm lại, bước chạy trở nên nặng nề; bước đi loạng choạng.
Il restait souvent immobile, les oreilles tombantes et le nez au sol.
Anh ta thường đứng yên với đôi tai cụp xuống và mũi hướng xuống đất.
Pendant ces moments-là, Buck prenait le temps de boire et de se reposer.
Trong những lúc đó, Buck dành thời gian để uống rượu và nghỉ ngơi.
La langue tirée, les yeux fixés, Buck sentait que la terre était en train de changer.
Lưỡi thè ra, mắt nhìn chằm chằm, Buck cảm nhận được vùng đất đang thay đổi.
Il sentit quelque chose de nouveau se déplacer dans la forêt et dans le ciel.
Anh cảm thấy có điều gì đó mới mẻ di chuyển qua khu rừng và bầu trời.
Avec le retour des orignaux, d'autres créatures sauvages ont fait de même.
Khi loài nai sừng tấm quay trở lại, các loài động vật hoang dã khác cũng quay trở lại.
La terre semblait vivante, avec une présence invisible mais fortement connue.
Mảnh đất này có vẻ sống động, hiện hữu một cách vô hình nhưng lại vô cùng quen thuộc.
Ce n'était ni par l'ouïe, ni par la vue, ni par l'odorat que Buck le savait.

Buck biết điều này không phải bằng âm thanh, hình ảnh hay mùi hương.

Un sentiment plus profond lui disait que de nouvelles forces étaient en mouvement.

Một cảm giác sâu sắc hơn mách bảo ông rằng những thế lực mới đang di chuyển.

Une vie étrange s'agitait dans les bois et le long des ruisseaux.

Sự sống kỳ lạ xuất hiện khắp khu rừng và dọc theo các dòng suối.

Il a décidé d'explorer cet esprit, une fois la chasse terminée.

Anh quyết định sẽ khám phá linh hồn này sau khi cuộc săn lùng kết thúc.

Le quatrième jour, Buck a finalement abattu l'élan.

Đến ngày thứ tư, cuối cùng Buck cũng bắt được con nai sừng tấm.

Il est resté près de la proie pendant une journée et une nuit entières, se nourrissant et se reposant.

Anh ấy ở lại bên xác con mồi cả ngày lẫn đêm, để kiếm ăn và nghỉ ngơi.

Il mangea, puis dormit, puis mangea à nouveau, jusqu'à ce qu'il soit fort et rassasié.

Ông ăn, rồi ngủ, rồi lại ăn, cho đến khi khỏe mạnh và no bụng.

Lorsqu'il fut prêt, il retourna vers le camp et Thornton.

Khi đã sẵn sàng, anh quay trở lại trại và Thornton.

D'un pas régulier, il commença le long voyage de retour vers la maison.

Với bước chân đều đặn, anh bắt đầu cuộc hành trình dài trở về nhà.

Il courait d'un pas infatigable, heure après heure, sans jamais s'égarer.

Anh ta chạy không biết mệt mỏi, giờ này qua giờ khác, không bao giờ chệch hướng.

À travers des terres inconnues, il se déplaçait droit comme l'aiguille d'une boussole.

Qua những vùng đất xa lạ, anh di chuyển thẳng như kim la bàn.

Son sens de l'orientation faisait paraître l'homme et la carte faibles en comparaison.
Cảm giác định hướng của ông khiến con người và bản đồ trở nên yếu đuối khi so sánh.

Tandis que Buck courait, il sentait plus fortement l'agitation dans la terre sauvage.
Khi Buck chạy, nó cảm nhận rõ hơn sự xáo động trong vùng đất hoang dã.

C'était un nouveau genre de vie, différent de celui des mois calmes de l'été.
Đó là một cuộc sống mới, không giống như những tháng hè yên bình.

Ce sentiment n'était plus un message subtil ou distant.
Cảm giác này không còn là một thông điệp tinh tế hay xa vời nữa.

Maintenant, les oiseaux parlaient de cette vie et les écureuils en bavardaient.
Bây giờ các loài chim nói về cuộc sống này, và các loài sóc thì ríu rít về nó.

Même la brise murmurait des avertissements à travers les arbres silencieux.
Ngay cả làn gió cũng thì thầm cảnh báo qua những tán cây im lặng.

Il s'arrêta à plusieurs reprises et respira l'air frais du matin.
Nhiều lần anh dừng lại và hít thở không khí trong lành buổi sáng.

Il y lut un message qui le fit bondir plus vite en avant.
Anh ấy đọc một tin nhắn ở đó khiến anh ấy nhảy về phía trước nhanh hơn.

Un lourd sentiment de danger l'envahit, comme si quelque chose s'était mal passé.
Một cảm giác nguy hiểm dâng trào trong anh, như thế có chuyện gì đó không ổn.

Il craignait qu'une catastrophe ne se produise – ou ne soit déjà arrivée.
Ông lo sợ tai họa sắp xảy ra—hoặc đã xảy ra rồi.

Il franchit la dernière crête et entra dans la vallée en contrebas.
Anh ta vượt qua dãy núi cuối cùng và đi vào thung lũng bên dưới.
Il se déplaçait plus lentement, alerte et prudent à chaque pas.
Anh ta di chuyển chậm hơn, cảnh giác và thận trọng với từng bước đi.
À trois milles de là, il trouva une piste fraîche qui le fit se raidir.
Đi được ba dặm, anh phát hiện ra một dấu vết mới khiến anh cứng người.
Les cheveux le long de son cou ondulaient et se hérissaient d'alarme.
Những sợi tóc dọc theo cổ anh dựng đứng và dựng ngược lên vì lo lắng.
Le sentier menait directement au camp où Thornton attendait.
Con đường mòn dẫn thẳng đến trại nơi Thornton đang đợi.
Buck se déplaçait désormais plus rapidement, sa foulée à la fois silencieuse et rapide.
Buck lúc này di chuyển nhanh hơn, sải chân của anh vừa nhẹ nhàng vừa nhanh nhẹn.
Ses nerfs se sont resserrés lorsqu'il a lu des signes que d'autres allaient manquer.
Anh căng thẳng khi đọc những dấu hiệu mà người khác sẽ bỏ lỡ.
Chaque détail du sentier racontait une histoire, sauf le dernier morceau.
Mỗi chi tiết trong hành trình đều kể một câu chuyện, ngoại trừ chi tiết cuối cùng.
Son nez lui parlait de la vie qui s'était déroulée ici.
Chiếc mũi của ông cho ông biết về cuộc sống đã trôi qua theo cách này.
L'odeur lui donnait une image changeante alors qu'il le suivait de près.

Mùi hương đó giúp anh thay đổi hình ảnh khi anh bám sát phía sau.

Mais la forêt elle-même était devenue silencieuse, anormalement immobile.

Nhưng khu rừng lại trở nên yên tĩnh; tĩnh lặng một cách bất thường.

Les oiseaux avaient disparu, les écureuils étaient cachés, silencieux et immobiles.

Những chú chim đã biến mất, những chú sóc ẩn mình, im lặng và bất động.

Il n'a vu qu'un seul écureuil gris, allongé sur un arbre mort.

Anh ta chỉ nhìn thấy một con sóc xám nằm dài trên một cái cây chết.

L'écureuil se fondait dans la masse, raide et immobile comme une partie de la forêt.

Con sóc hòa nhập vào trong, cứng đờ và bất động như một phần của khu rừng.

Buck se déplaçait comme une ombre, silencieux et sûr à travers les arbres.

Buck di chuyển như một cái bóng, im lặng và chắc chắn giữa những hàng cây.

Son nez se souleva sur le côté comme s'il était tiré par une main invisible.

Mũi anh ta giật sang một bên như thể bị một bàn tay vô hình kéo đi.

Il se retourna et suivit la nouvelle odeur jusqu'au plus profond d'un fourré.

Anh quay lại và đi theo mùi hương mới vào sâu trong bụi cây.

Là, il trouva Nig, étendu mort, transpercé par une flèche.

Ở đó, anh ta tìm thấy Nig nằm chết, bị một mũi tên đâm xuyên qua.

La flèche traversa son corps, laissant encore apparaître ses plumes.

Mũi tên xuyên qua cơ thể anh ta, lông vũ vẫn còn lộ ra.

Nig s'était traîné jusqu'ici, mais il était mort avant d'avoir pu obtenir de l'aide.

Nig đã tự mình lê bước đến đó, nhưng đã chết trước khi đến được nơi giúp đỡ.

Une centaine de mètres plus loin, Buck trouva un autre chien de traîneau.

Đi xa hơn một trăm thước, Buck lại tìm thấy một con chó kéo xe trượt tuyết khác.

C'était un chien que Thornton avait racheté à Dawson City.

Đó là con chó mà Thornton đã mua ở Dawson City.

Le chien était en proie à une lutte à mort, se débattant violemment sur le sentier.

Con chó đang vật lộn dữ dội, giãy giụa trên đường mòn.

Buck le contourna sans s'arrêter, les yeux fixés devant lui.

Buck đi vòng qua anh ta, không dừng lại, mắt vẫn nhìn thẳng về phía trước.

Du côté du camp venait un chant lointain et rythmé.

Từ phía trại vọng đến tiếng hô vang đều đều, xa xa.

Les voix s'élevaient et retombaient sur un ton étrange, inquiétant et chantant.

Những giọng nói vang lên rồi lại hạ xuống theo một giai điệu kỳ lạ, rùng rợn, như đang hát.

Buck rampa jusqu'au bord de la clairière en silence.

Buck lặng lẽ bò về phía rìa bãi đất trống.

Là, il vit Hans étendu face contre terre, percé de nombreuses flèches.

Ở đó, chàng nhìn thấy Hans nằm sấp, trên người có rất nhiều mũi tên.

Son corps ressemblait à celui d'un porc-épic, hérissé de plumes.

Cơ thể của ông trông giống như một con nhím, có lông vũ mọc khắp người.

Au même moment, Buck regarda vers le pavillon en ruine.

Cùng lúc đó, Buck nhìn về phía ngôi nhà gỗ đổ nát.

Cette vue lui fit dresser les cheveux sur la nuque et les épaules.

Cảnh tượng đó khiến tóc gáy và vai anh dựng đứng.

Une tempête de rage sauvage parcourut tout le corps de Buck.

Một cơn bão giận dữ dữ dội tràn ngập khắp cơ thể Buck.
Il grogna à haute voix, même s'il ne savait pas qu'il l'avait fait.
Anh ta gầm gừ lớn tiếng mặc dù anh ta không biết điều đó.
Le son était brut, rempli d'une fureur terrifiante et sauvage.
Âm thanh thô ráp, chứa đầy sự giận dữ đáng sợ và man rợ.
Pour la dernière fois de sa vie, Buck a perdu la raison au profit de l'émotion.
Lần cuối cùng trong đời, Buck mất đi lý trí vì cảm xúc.
C'est l'amour pour John Thornton qui a brisé son contrôle minutieux.
Chính tình yêu dành cho John Thornton đã phá vỡ sự kiểm soát cẩn thận của ông.
Les Yeehats dansaient autour de la hutte en épicéa détruite.
Những người Yeehats đang nhảy múa quanh ngôi nhà gỗ vân sam bị phá hủy.
Puis un rugissement retentit et une bête inconnue chargea vers eux.
Rồi tiếng gầm vang lên—và một con thú lạ lao về phía họ.
C'était Buck ; une fureur en mouvement ; une tempête vivante de vengeance.
Đó là Buck; một cơn thịnh nộ đang chuyển động; một cơn bão báo thù sống động.
Il se jeta au milieu d'eux, fou du besoin de tuer.
Anh ta lao vào giữa bọn họ, điên cuồng vì ham muốn giết chóc.
Il sauta sur le premier homme, le chef Yeehat, et frappa juste.
Anh ta nhảy vào người đàn ông đầu tiên, tù trưởng Yeehat, và đánh trúng.
Sa gorge fut déchirée et du sang jaillit à flots.
Cổ họng anh ta bị rách toạc và máu phun ra thành dòng.
Buck ne s'arrêta pas, mais déchira la gorge de l'homme suivant d'un seul bond.
Buck không dừng lại mà chỉ nhảy một cái là xé toạc cổ họng của tên tiếp theo.

Il était inarrêtable : il déchirait, taillait, ne s'arrêtait jamais pour se reposer.
Anh ta không thể ngăn cản được - liên tục xé, chém, không bao giờ dừng lại để nghỉ ngơi.
Il s'élança et bondit si vite que leurs flèches ne purent l'atteindre.
Anh ta lao đi và nhảy nhanh đến nỗi những mũi tên của họ không thể chạm tới anh ta.
Les Yeehats étaient pris dans leur propre panique et confusion.
Người Yeehats cũng rơi vào tình trạng hoảng loạn và bối rối.
Leurs flèches manquèrent Buck et se frappèrent l'une l'autre à la place.
Mũi tên của họ không trúng Buck mà lại trúng vào nhau.
Un jeune homme a lancé une lance sur Buck et a touché un autre homme.
Một thanh niên ném giáo vào Buck và trúng một người đàn ông khác.
La lance lui transperça la poitrine, la pointe lui transperçant le dos.
Ngọn giáo đâm xuyên qua ngực anh ta, mũi giáo đâm vào lưng anh ta.
La terreur s'empara des Yeehats et ils se mirent en retraite.
Nỗi kinh hoàng tràn ngập người Yeehats và họ tháo chạy hết tốc lực.
Ils crièrent à l'Esprit Maléfique et s'enfuirent dans les ombres de la forêt.
Họ hét lên về Linh hồn Ác quỷ và chạy trốn vào bóng tối của khu rừng.
Vraiment, Buck était comme un démon alors qu'il poursuivait les Yeehats.
Buck thực sự giống như một con quỷ khi đuổi theo bọn Yeehats.
Il les poursuivit à travers la forêt, les faisant tomber comme des cerfs.
Anh ta chạy đuổi theo họ qua khu rừng, hạ gục họ như hạ gục một con nai.

Ce fut un jour de destin et de terreur pour les Yeehats effrayés.
Đó trở thành ngày định mệnh và kinh hoàng đối với những người Yeehats sợ hãi.

Ils se dispersèrent à travers le pays, fuyant au loin dans toutes les directions.
Họ tản ra khắp đất nước, chạy trốn theo mọi hướng.

Une semaine entière s'est écoulée avant que les derniers survivants ne se retrouvent dans une vallée.
Phải mất cả tuần lễ, những người sống sót cuối cùng mới gặp nhau trong một thung lũng.

Ce n'est qu'alors qu'ils ont compté leurs pertes et parlé de ce qui s'était passé.
Chỉ khi đó họ mới đếm lại những mất mát và kể lại những gì đã xảy ra.

Buck, après s'être lassé de la chasse, retourna au camp en ruine.
Buck, sau khi mệt mỏi vì cuộc rượt đuổi, đã quay trở lại trại trại bị phá hủy.

Il a trouvé Pete, toujours dans ses couvertures, tué lors de la première attaque.
Anh ta tìm thấy Pete, vẫn còn quấn trong chăn, đã tử vong trong lần tấn công đầu tiên.

Les signes du dernier combat de Thornton étaient marqués dans la terre à proximité.
Dấu hiệu của cuộc đấu tranh cuối cùng của Thornton vẫn còn in trên đất gần đó.

Buck a suivi chaque trace, reniflant chaque marque jusqu'à un point final.
Buck lần theo từng dấu vết, đánh hơi từng dấu vết cho đến điểm cuối cùng.

Au bord d'un bassin profond, il trouva le fidèle Skeet, allongé immobile.
Bên mép một vực sâu, anh tìm thấy chú Skeet trung thành đang nằm bất động.

La tête et les pattes avant de Skeet étaient dans l'eau, immobiles dans la mort.

Đầu và chân trước của Skeet nằm trong nước, bất động vì đã chết.

La piscine était boueuse et contaminée par les eaux de ruissellement provenant des écluses.
Hồ bơi lầy lội và bị ô nhiễm bởi nước chảy ra từ các máng xả.

Sa surface nuageuse cachait ce qui se trouvait en dessous, mais Buck connaissait la vérité.
Bề mặt mây mù che giấu những gì bên dưới, nhưng Buck biết sự thật.

Il a suivi l'odeur de Thornton dans la piscine, mais l'odeur ne menait nulle part ailleurs.
Anh ta lần theo mùi hương của Thornton vào trong hồ nước — nhưng mùi hương đó chẳng dẫn đến đâu khác.

Aucune odeur ne menait à l'extérieur, seulement le silence des eaux profondes.
Không có mùi hương nào dẫn ra ngoài mà chỉ có sự im lặng của vùng nước sâu.

Toute la journée, Buck resta près de la piscine, arpentant le camp avec chagrin.
Cả ngày Buck ở gần hồ bơi, đi đi lại lại trong trại trong đau buồn.

Il errait sans cesse ou restait assis, immobile, perdu dans ses pensées.
Ông ta đi lang thang không ngừng nghỉ hoặc ngồi im lặng, chìm đắm trong suy nghĩ nặng nề.

Il connaissait la mort, la fin de la vie, la disparition de tout mouvement.
Ông biết đến cái chết; sự kết thúc của cuộc sống; sự biến mất của mọi chuyển động.

Il comprit que John Thornton était parti et ne reviendrait jamais.
Ông hiểu rằng John Thornton đã ra đi và không bao giờ quay trở lại.

La perte a laissé en lui un vide qui palpitait comme la faim.
Sự mất mát đã để lại trong anh một khoảng trống nhói lên như cơn đói.

Mais c'était une faim que la nourriture ne pouvait apaiser, peu importe la quantité qu'il mangeait.
Nhưng cơn đói này không thể nào vơi đi dù anh có ăn bao nhiêu đi nữa.
Parfois, alors qu'il regardait les Yeehats morts, la douleur s'estompait.
Đôi khi, khi nhìn vào những người Yeehats đã chết, nỗi đau bỗng tan biến.
Et puis une étrange fierté monta en lui, féroce et complète.
Và rồi một niềm kiêu hãnh kỳ lạ dâng trào trong anh, dữ dội và trọn vẹn.
Il avait tué l'homme, le gibier le plus élevé et le plus dangereux de tous.
Anh ta đã giết chết con người, loài thú dữ cao cấp và nguy hiểm nhất.
Il avait tué au mépris de l'ancienne loi du gourdin et des crocs.
Ông ta đã giết người bất chấp luật lệ cổ xưa là dùng dùi cui và nanh vuốt.
Buck renifla leurs corps sans vie, curieux et pensif.
Buck ngửi những xác chết đó, tò mò và suy nghĩ.
Ils étaient morts si facilement, bien plus facilement qu'un husky dans un combat.
Chúng chết quá dễ dàng—dễ hơn nhiều so với một con chó husky trong một cuộc chiến.
Sans leurs armes, ils n'avaient aucune véritable force ni menace.
Không có vũ khí, họ không có sức mạnh hay mối đe dọa thực sự.
Buck n'aurait plus jamais peur d'eux, à moins qu'ils ne soient armés.
Buck sẽ không bao giờ sợ chúng nữa, trừ khi chúng có vũ khí.
Ce n'est que lorsqu'ils portaient des gourdins, des lances ou des flèches qu'il se méfiait.
Chỉ khi họ mang theo dùi cui, giáo mác hoặc mũi tên thì anh mới cảnh giác.

La nuit tomba et une pleine lune se leva au-dessus de la cime des arbres.
Đêm xuống và trăng tròn nhô cao trên ngọn cây.
La pâle lumière de la lune baignait la terre d'une douce lueur fantomatique, comme le jour.
Ánh trăng nhợt nhạt phủ lên mặt đất một thứ ánh sáng nhẹ nhàng, ma quái như ban ngày.
Alors que la nuit s'approfondissait, Buck pleurait toujours au bord de la piscine silencieuse.
Khi đêm xuống, Buck vẫn than khóc bên hồ nước tĩnh lặng.
Puis il prit conscience d'un autre mouvement dans la forêt.
Sau đó, anh nhận thấy có sự chuyển động khác thường trong khu rừng.
L'agitation ne venait pas des Yeehats, mais de quelque chose de plus ancien et de plus profond.
Sự khuấy động này không phải đến từ người Yeehats, mà từ một thứ gì đó cũ kỹ và sâu sắc hơn.
Il se leva, les oreilles dressées, le nez testant la brise avec précaution.
Anh đứng dậy, tai dựng lên, mũi cẩn thận hít thở làn gió.
De loin, un cri faible et aigu perça le silence.
Từ xa vọng đến một tiếng thét yếu ớt, sắc nhọn xé toạc sự im lặng.
Puis un chœur de cris similaires suivit de près le premier.
Sau đó, một điệp khúc những tiếng kêu tương tự vang lên ngay sau tiếng kêu đầu tiên.
Le bruit se rapprochait, devenant plus fort à chaque instant qui passait.
Âm thanh đó ngày một gần hơn và to hơn theo từng khoảnh khắc trôi qua.
Buck connaissait ce cri : il venait de cet autre monde dans sa mémoire.
Buck biết tiếng kêu này—nó đến từ thế giới khác trong ký ức của anh.
Il se dirigea vers le centre de l'espace ouvert et écouta attentivement.
Anh ta bước tới giữa khoảng đất trống và lắng nghe thật kỹ.

L'appel retentit, multiple et plus puissant que jamais.
Tiếng gọi vang lên, nhiều nốt nhạc và mạnh mẽ hơn bao giờ hết.
Et maintenant, plus que jamais, Buck était prêt à répondre à son appel.
Và giờ đây, hơn bao giờ hết, Buck đã sẵn sàng đáp lại tiếng gọi của mình.
John Thornton était mort et il ne lui restait plus aucun lien avec l'homme.
John Thornton đã chết, và không còn mối liên hệ nào với con người còn sót lại trong ông.
L'homme et toutes ses prétentions avaient disparu : il était enfin libre.
Con người và mọi đòi hỏi của con người đã không còn nữa — cuối cùng anh đã được tự do.
La meute de loups chassait de la viande comme les Yeehats l'avaient fait autrefois.
Bầy sói đang săn đuổi thịt giống như người Yeehats đã từng làm.
Ils avaient suivi les orignaux depuis les terres boisées.
Họ đã theo dấu đàn nai sừng tấm từ vùng đất có nhiều cây gỗ xuống.
Maintenant, sauvages et affamés de proies, ils traversèrent sa vallée.
Bây giờ, hoang dã và đói mồi, chúng băng qua thung lũng của ông.
Ils arrivèrent dans la clairière éclairée par la lune, coulant comme de l'eau argentée.
Họ tiến vào khoảng đất trống dưới ánh trăng, trôi như dòng nước bạc.
Buck se tenait immobile au centre, les attendant.
Buck đứng yên ở giữa, bất động và chờ đợi họ.
Sa présence calme et imposante a stupéfié la meute et l'a plongée dans un bref silence.
Sự hiện diện to lớn và bình tĩnh của anh khiến cả bầy phải im lặng trong chốc lát.

Alors le loup le plus audacieux sauta droit sur lui sans hésitation.
Sau đó, con sói táo bạo nhất không chút do dự nhảy thẳng về phía anh ta.
Buck frappa vite et brisa le cou du loup d'un seul coup.
Buck ra đòn rất nhanh và bẻ gãy cổ con sói chỉ bằng một đòn.
Il resta immobile à nouveau tandis que le loup mourant se tordait derrière lui.
Anh ta lại đứng bất động khi con sói hấp hối quằn mình phía sau anh ta.
Trois autres loups ont attaqué rapidement, l'un après l'autre.
Ba con sói khác tấn công nhanh chóng, con này nối tiếp con kia.
Chacun d'eux s'est retiré en sang, la gorge ou les épaules tranchées.
Mỗi người đều rút lui trong tình trạng chảy máu, cổ họng hoặc vai bị cắt.
Cela a suffi à déclencher une charge sauvage de toute la meute.
Chỉ riêng điều đó đã đủ để kích hoạt cả bầy lao vào tấn công dữ dội.
Ils se précipitèrent ensemble, trop impatients et trop nombreux pour bien frapper.
Họ cùng nhau lao vào, quá háo hức và đông đúc để có thể tấn công tốt.
La vitesse et l'habileté de Buck lui ont permis de rester en tête de l'attaque.
Tốc độ và kỹ năng của Buck giúp anh luôn đi trước đối phương.
Il tournait sur ses pattes arrière, claquant et frappant dans toutes les directions.
Anh ta xoay người trên hai chân sau, cắn và tấn công theo mọi hướng.
Pour les loups, cela donnait l'impression que sa défense ne s'était jamais ouverte ou n'avait jamais faibli.
Với lũ sói, có vẻ như hàng phòng ngự của hắn chưa bao giờ bị hở hay yếu đi.

Il s'est retourné et a frappé si vite qu'ils ne pouvaient pas passer derrière lui.
Anh ta quay lại và chém nhanh đến nỗi họ không thể đứng ra sau anh ta được.
Néanmoins, leur nombre l'obligea à céder du terrain et à reculer.
Tuy nhiên, số lượng của họ đã buộc ông phải nhượng bộ và rút lui.
Il passa devant la piscine et descendit dans le lit rocheux du ruisseau.
Anh ta di chuyển qua hồ bơi và xuống lòng suối đầy đá.
Là, il se heurta à un talus abrupt de gravier et de terre.
Ở đó, anh ta nhìn thấy một bờ dốc toàn sỏi và đất.
Il s'est retrouvé coincé dans un coin coupé lors des fouilles des mineurs.
Anh ta lách vào một góc bị cắt trong quá trình đào bới của những người thợ mỏ.
Désormais protégé sur trois côtés, Buck ne faisait face qu'au loup de devant.
Bây giờ, được bảo vệ ở ba phía, Buck chỉ phải đối mặt với con sói phía trước.
Là, il se tenait à distance, prêt pour la prochaine vague d'assaut.
Ở đó, anh ta đứng ở vị trí an toàn, sẵn sàng cho đợt tấn công tiếp theo.
Buck a tenu bon si farouchement que les loups ont reculé.
Buck giữ vững lập trường của mình một cách quyết liệt đến nỗi bầy sói phải lùi lại.
Au bout d'une demi-heure, ils étaient épuisés et visiblement vaincus.
Sau nửa giờ, họ đã kiệt sức và thất bại rõ ràng.
Leurs langues pendaient, leurs crocs blancs brillaient au clair de lune.
Lưỡi của chúng thè ra, răng nanh trắng sáng lấp lánh dưới ánh trăng.
Certains loups se sont couchés, la tête levée, les oreilles dressées vers Buck.

Một số con sói nằm xuống, đầu ngẩng lên, tai dựng lên hướng về phía Buck.

D'autres restaient immobiles, vigilants et observant chacun de ses mouvements.

Những người khác đứng yên, cảnh giác và theo dõi mọi hành động của anh ta.

Quelques-uns se sont dirigés vers la piscine et ont bu de l'eau froide.

Một số người đi dạo đến hồ bơi và uống nước lạnh.

Puis un loup gris, long et maigre, s'avança doucement.

Sau đó, một con sói xám dài và gầy từ từ tiến về phía trước.

Buck le reconnut : c'était le frère sauvage de tout à l'heure.

Buck nhận ra anh ta—chính là người anh em hoang dã lúc trước.

Le loup gris gémit doucement, et Buck répondit par un gémissement.

Con sói xám rên rỉ khe khẽ và Buck cũng đáp lại bằng tiếng rên rỉ.

Ils se touchèrent le nez, tranquillement et sans menace ni peur.

Họ chạm mũi nhau, một cách lặng lẽ và không hề có sự đe dọa hay sợ hãi.

Ensuite est arrivé un loup plus âgé, maigre et marqué par de nombreuses batailles.

Tiếp theo là một con sói già, gầy gò và đầy sẹo vì nhiều trận chiến.

Buck commença à grogner, mais s'arrêta et renifla le nez du vieux loup.

Buck bắt đầu gầm gừ, nhưng rồi dừng lại và hít mũi con sói già.

Le vieux s'assit, leva le nez et hurla à la lune.

Con chim già ngồi xuống, hếch mũi lên và hú lên với mặt trăng.

Le reste de la meute s'assit et se joignit au long hurlement.

Những con còn lại trong đàn ngồi xuống và cùng hú lên một tiếng dài.

Et maintenant, l'appel est venu à Buck, indubitable et fort.

Và giờ đây tiếng gọi ấy đã vang đến Buck, rõ ràng và mạnh mẽ.

Il s'assit, leva la tête et hurla avec les autres.

Anh ta ngồi xuống, ngẩng đầu lên và hú cùng với những người khác.

Lorsque les hurlements ont cessé, Buck est sorti de son abri rocheux.

Khi tiếng hú kết thúc, Buck bước ra khỏi nơi trú ẩn bằng đá của mình.

La meute se referma autour de lui, reniflant à la fois gentiment et avec prudence.

Bầy sói vây quanh anh ta, đánh hơi anh ta một cách vừa thân thiện vừa cảnh giác.

Les chefs ont alors poussé un cri et se sont précipités dans la forêt.

Sau đó, những người dẫn đầu hú lên và chạy nhanh vào rừng.

Les autres loups suivirent, hurlant en chœur, sauvages et rapides dans la nuit.

Những con sói khác cũng chạy theo, đồng thanh tru lên, dữ dội và nhanh nhẹn trong đêm.

Buck courait avec eux, à côté de son frère sauvage, hurlant en courant.

Buck chạy cùng họ, bên cạnh người anh em hoang dã của mình, vừa chạy vừa hú hét.

Ici, l'histoire de Buck fait bien de se terminer.

Ở đây, câu chuyện về Buck đã đi đến hồi kết.

Dans les années qui suivirent, les Yeehats remarquèrent d'étranges loups.

Trong những năm tiếp theo, gia đình Yeehats nhận thấy những con sói lạ.

Certains avaient du brun sur la tête et le museau, du blanc sur la poitrine.

Một số con có màu nâu trên đầu và mõm, màu trắng trên ngực.

Mais plus encore, ils craignaient une silhouette fantomatique parmi les loups.

Nhưng thậm chí họ còn sợ một bóng ma giữa bầy sói.
Ils parlaient à voix basse du Chien Fantôme, chef de la meute.
Họ thì thầm nói về Chó Ma, thủ lĩnh của bầy.
Ce chien fantôme était plus rusé que le plus audacieux des chasseurs Yeehat.
Con Chó Ma này còn xảo quyệt hơn cả thợ săn Yeehat táo bạo nhất.
Le chien fantôme a volé dans les camps en plein hiver et a déchiré leurs pièges.
Con chó ma đã lấy trộm đồ từ các trại vào mùa đông khắc nghiệt và xé tan bẫy của họ.
Le chien fantôme a tué leurs chiens et a échappé à leurs flèches sans laisser de trace.
Con chó ma đã giết chết đàn chó của họ và thoát khỏi mũi tên mà không để lại dấu vết.
Même leurs guerriers les plus courageux craignaient d'affronter cet esprit sauvage.
Ngay cả những chiến binh dũng cảm nhất cũng sợ phải đối mặt với tinh thần hoang dã này.
Non, l'histoire devient encore plus sombre à mesure que les années passent dans la nature.
Không, câu chuyện ngày càng trở nên đen tối hơn khi nhiều năm trôi qua trong tự nhiên.
Certains chasseurs disparaissent et ne reviennent jamais dans leurs camps éloignés.
Một số thợ săn biến mất và không bao giờ trở về trại xa xôi của họ.
D'autres sont retrouvés la gorge arrachée, tués dans la neige.
Những người khác được tìm thấy với cổ họng bị xé toạc và bị giết trong tuyết.
Autour de leur corps se trouvent des traces plus grandes que celles que n'importe quel loup pourrait laisser.
Xung quanh cơ thể chúng có những dấu vết lớn hơn bất kỳ dấu vết nào mà loài sói có thể tạo ra.
Chaque automne, les Yeehats suivent la piste de l'élan.

Mỗi mùa thu, người Yeehats lại đi theo dấu vết của loài nai sừng tấm.

Mais ils évitent une vallée avec la peur profondément gravée dans leur cœur.

Nhưng họ tránh một thung lũng với nỗi sợ hãi khắc sâu vào trái tim.

Ils disent que la vallée a été choisie par l'Esprit du Mal pour y vivre.

Người ta nói rằng thung lũng này được Ác quỷ chọn làm nơi ở của mình.

Et quand l'histoire est racontée, certaines femmes pleurent près du feu.

Và khi câu chuyện được kể lại, một số phụ nữ đã khóc bên đống lửa.

Mais en été, un visiteur vient dans cette vallée tranquille et sacrée.

Nhưng vào mùa hè, có một du khách đến thung lũng linh thiêng và yên tĩnh đó.

Les Yeehats ne le connaissent pas et ne peuvent pas le comprendre.

Người Yeehats không biết đến ông và cũng không thể hiểu được ông.

Le loup est un grand loup, revêtu de gloire, comme aucun autre de son espèce.

Con sói là một con sói vĩ đại, được bao phủ bởi vẻ đẹp lộng lẫy, không giống bất kỳ con sói nào cùng loài.

Lui seul traverse le bois vert et entre dans la clairière de la forêt.

Chỉ có một mình ông đi qua khu rừng xanh và tiến vào khoảng rừng trống.

Là, la poussière dorée des sacs en peau d'élan s'infiltre dans le sol.

Ở đó, bụi vàng từ những chiếc túi da nai thấm vào đất.

L'herbe et les vieilles feuilles ont caché le jaune du soleil.

Cỏ và lá già đã che khuất màu vàng của ánh nắng mặt trời.

Ici, le loup se tient en silence, réfléchissant et se souvenant.

Ở đây, con sói đứng im lặng, suy nghĩ và ghi nhớ.

Il hurle une fois, longuement et tristement, avant de se retourner pour partir.
Ông hú lên một lần - một tiếng hú dài và buồn thảm - trước khi quay đi.
Mais il n'est pas toujours seul au pays du froid et de la neige.
Nhưng anh ấy không phải lúc nào cũng đơn độc trên vùng đất lạnh giá và tuyết rơi.
Quand les longues nuits d'hiver descendent sur les basses vallées.
Khi những đêm đông dài buông xuống các thung lũng thấp hơn.
Quand les loups suivent le gibier à travers le clair de lune et le gel.
Khi bầy sói đuổi theo con mồi dưới ánh trăng và sương giá.
Puis il court en tête du peloton, sautant haut et sauvagement.
Sau đó, anh ta chạy dẫn đầu cả bầy, nhảy cao và mạnh mẽ.
Sa silhouette domine les autres, sa gorge est animée par le chant.
Dáng người của anh cao hơn hẳn những người khác, cổ họng anh rộn ràng với bài hát.
C'est le chant du monde plus jeune, la voix de la meute.
Đó là bài ca của thế giới trẻ, là tiếng nói của bầy đàn.
Il chante en courant, fort, libre et toujours sauvage.
Anh ấy vừa chạy vừa hát—mạnh mẽ, tự do và mãi mãi hoang dã.

www.ingramcontent.com/pod-product-compliance
Lightning Source LLC
Chambersburg PA
CBHW010030040426
42333CB00048B/2775